ஜெயதேவரின் அஷ்டபதி
கீத கோவிந்தம்

ஜெயதேவரின் அஷ்டபதி

கீத கோவிந்தம்

இலந்தை சு. இராமசாமி

கிழக்கு

கீத கோவிந்தம்
Geetha Govindam
Ilanthi Su. Ramasamy ©

First Edition: July 2007

192 Pages

ISBN 978-81-8368-412-5

Title No: Kizhakku 826

Kizhakku Pathippagam
177/103, First Floor,
Ambal's Building, Lloyds Road
Royapettah, Chennai 600 014.
Ph: +91-44-4200-9603
Email : support@nhm.in
Website : www.nhm.in

Author's Email: subbaierramasami@yahoo.com

Illustrations : Shyam, Tamizh

Kizhakku is an imprint of New Horizon Media Private Limited

This book is sold subject to the condition that it shall not, by way of trade or otherwise, be lent, resold, hired out, or otherwise circulated without the publisher's prior written consent in any form of binding or cover other than that in which it is published and without a similar condition including this the rights under copyright reserved above, no part of this publication may be reproduced, stored in or introduced into a retrieval system, or transmitted in any form or by any means (electronic, mechanical, photocopying, recording or otherwise), without the prior written permission of both the copyright owner and the above-mentioned publisher of this book.

மனம் மகிழட்டும்

(சர்வ மதங்களுக்கும் பொதுவான பிரபஞ்ச சக்தியைப் போற்றும் துதி)

- உலகமெல்லாம் நிறைந்த பரம்பொருளே
  எல்லா உயிரும் நீயே
  எல்லா செல்வங்களும் நீயே
  உனது அருள் எப்போதும் எங்களைக்
  காத்து நிற்கிறது
  இந்த உண்மையை நாங்கள் உணர
  அருள்புரிவாய்.

- பசிக்கு உணவு ஆவாய்
  பருகும் நீர் ஆவாய்
  நோய்க்கு மருந்தாவாய்

- இருள்போக்கும் ஒளியே
  வறுமை நீக்கும் செல்வமே
  வாழ்வும் வளமும்
  உனது நன்கொடைகள்
  அன்பும் அறனும் உனது
  அற்புதப் படைப்புகள்

- பிரபஞ்சமே மகாசக்தியே
  உன்னில் பிறந்து
  உன்னில் வளரும் எங்களை
  உன்னதமாக்கி அருள்புரிவாய்!

உள்ளே...

இதை எழுதுவதை நிறுத்தினேன் மீண்டும் தொடங்கினேன்!	... 9
1. ராசலீலை நிகழ்த்தும நித்திய பிரம்மச்சாரி	... 12
2. இரவில் பாடிய ரகசியப் பாடல்கள்	... 17
3. ராதையோடு இரவுப்பொழுது	... 24
4. அற்புத அவதாரங்கள் பத்து	... 26
5. கண்ணன் இருக்கக் கவலையில்லை	... 36
6. ராதையின் மனத்தில் மன்மதன் அம்புகள்	... 40
7. கண்ணனின் மேல் குண்டுப் பெண்!	... 45
8. முத்தத்தில் சிவக்கும் உதடுகள்	... 49
9. பிடித்தான்... அணைத்தான்.. மகிழ்ந்தான்	... 53
10. ராதை! ஒரு மன்மதக் கணை!	... 59
11. ராதையின் மார்பில் தாமரை இலைகள்!	... 65
12. தேவ வைத்தியனே, நோய் தீர்க்க வா!	... 69
13. ராதையின் நினைவில் தவிக்கிறான் கண்ணன்	... 73

14. ஆடையைக் கழற்றிவிடு! அவன் வசமாகிவிடு!	... 77
15. இருளைத் தழுவும் இனிய ராதை!	... 84
16. விரகம் தகிக்கிறது! வசந்தம் வதைக்கிறது!	... 87
17. வியர்த்த மார்பிலே விழுந்து படுக்கிறாள்!	... 93
18. கண்ணனது மார்பில் கோபிகையின் பாதம்	... 97
19. வனமாலியைச் சுவைக்கும் வஞ்சகி	... 100
20. நகக்கீறல்களால் உரிமை சாசனம்	... 105
21. ஏனடி இழக்கிறாய் சுகத்தை?	... 109
22. அசைவுக்கு இசைபாடும் மணிமேகலை	... 112
23. அழகிய தொடைகள்; காமனின் படைகள்	... 121
24. ஆட்டத்துக்கு நீயும் தயாராகிவிடு!	... 125
25. ராதையைத் தின்னும் மோகன புன்னகை	... 129
26. தாபகாய்ச்சலுக்கு சுக ஒத்தடம்	... 132
27. கழட்டியது போதும்! கட்டிவிடு	... 138

இதை எழுதுவதை நிறுத்தினேன்...
மீண்டும் தொடங்கினேன்!

1993-ம் ஆண்டு. நான் மும்பைத் தொலைபேசியில் பணியாற்றிக்கொண் டிருந்தேன். அப்போது எழுத்தாளர் ரா.பத்மனாபன் அவர்களுடன் தொடர்பு ஏற்பட்டது.

அவர் நாராயணீயம், பஜகோவிந்தம் போன்ற நூல்களைத் தமிழில் மொழி யாக்கம் செய்திருக்கிறார். அவரது வீட்டில் அவரை நான் அடிக்கடி சந்திப் பதுண்டு. ஒருநாள் கையெழுத்துப்பிரதி ஒன்றை என்னிடம் காட்டினார்.

'ராமசாமி, இதைப் படித்துப் பாருங்கள்!'

அது பிரபல எழுத்தாளர் சங்கு சுப்ர மண்யம் எழுதிய 'கீதகோவிந்தம்' என்ற

நூலின் தமிழாக்கம். மிக அழகாக மொழி பெயர்க்கப் பட்டிருந்தது.

'மிக நன்றாக இருக்கிறதே!' என்றேன்.

'ஆமாம். நீங்களும் கீதகோவிந்தத்தைத் தமிழாக்கம் செய்ய வேண்டும் என்பது என் ஆசை!' என்றார்.

'இந்தத் தமிழாக்கமே மிக நன்றாக இருக்கிறதே! நானும் ஏன் செய்ய வேண்டும்?' என்றேன்.

'காரணம் இருக்கிறது. இந்தக் கையெழுத்துப் பிரதியை என்னிடம் கொடுத்துவிட்டு, இதை எந்தக் காரணம் கொண்டும் நீங்கள் அச்சேற்றக்கூடாது என்று என்னிடம் உறுதிமொழி வாங்கியிருக்கிறார். அவர் என்னுடைய சிறந்த நண்பர்!' என்றார் பத்மநாபன்

'நீங்கள் சொல்வதற்காகச் செய்கிறேன்' என்றேன்.

முதல் காரியமாக ஜெயதேவர் வாழ்க்கை வரலாறையும் கீதகோவிந்தம் எழுந்த வரலாறையும் அதைப்பற்றிய ஆய்வு நூல்களையும் தேடிப்பிடித்துப் படித்தேன். பிறகுதான், கீத கோவிந்தம் எவ்வளவு சிறந்த நூல் என்பது தெரிந்தது. எனவே, ஆர்வத்தோடு தமிழாக்கம் செய்தேன். மொத்தம் 12 காண்டங்கள். 24 அத்தியாயங்கள். பெரும்பாலான அத்தியாயங்கள் எட்டுக்கண்ணிகளில்தான் இருக்கும். (எனவே தான் அஷ்டபதி என்று பெயர்). ஒவ்வோர் அத்தியாயத்தையும் தமிழாக்கம் செய்ததும், அதை பெரியவர் பத்மனாபனிடம் படித்துக்காட்டினேன்.

இப்படியாக அந்த நூல் முழுவதையும் ஒரு மாதத்தில் மொழியாக்கம் செய்தேன்.

இந்நூலை எழுதிக்கொண்டிருக்கும்போது ஒரு சுவாரஸ்யம் நிகழ்ந்தது. கேரளத்தில் உள்ள திருப்புணித்துறை என்ற ஊருக்கு, சிகிச்சை ஒன்றுக்குச் சென்றிருந்தேன். அங்கே

கிடைத்த ஓய்வுநேரத்தில் கீத கோவிந்தத்தைத் தொடர்ந்து எழுதினேன். ஆறாவது பாடலுக்கு உரை எழுதும்போது அதில் சிருங்காரம் அதிகமிருப்பதாகத் தோன்றியதால், மேற் கொண்டு எழுதவேண்டாம் என்று எழுதுவதை நிறுத்தி னேன். அன்று மாலை அந்த மருத்துவமனையின் தலைமை மருத்துவர் டாக்டர் யோகிதாஸ் என்னிடம் வந்து, அங்கே ஒரு சத்சங்கம் இரவு 7 மணிக்கு நடைபெறும் என்றும் அதற்கு வரும்படியும் என்னிடம் சொன்னார். சரியென்று சென்றேன். அன்று, சத்சங்கத்தில் பேசப்பட்ட பொருள் - 'கிருஷ்ணனின் ராச லீலை!' கீத கோவிந்தமும் பேசப்பட்டது. அதைச் சிருங்காரமாகப்பார்க்கக்கூடாதென்றும் அது உயர்ந்த தத்து வத்தை உள்ளடக்கியது என்றும் பேசப்பட்டது. கூட்டம் முடிந்ததும் நான் அன்று காலையில்தான் கீதகோவிந்தத்துக்கு உரைஎழுதுவதை நிறுத்திவிட்ட செய்தியைச் சொன்னேன். அங்கிருந்த ஒருவர் 'இதற்கு, சகுனப் பிரஸ்னம் என்று பெயர். உங்கள் குழப்பத்துக்கு இங்கே தீர்வு சொல்லப்பட்டிருக்கிறது. கீத கோவிந்தத்தைத் தொடர உத்தரவு கிடைத்திருக்கிறது!' என்றார். எனவே, தொடர்ந்து உரையெழுதி முடித்தேன்.

இதைப் பக்தியோடு படித்தால் பரவசம் அடையலாம்.

சிருங்கார இலக்கியமாகப் படித்தாலும் பரவசமடையலாம்.

எனது மொழியாக்கத்தை நல்லமுறையில் வெளியிடவேண் டும் என்ற ஆர்வத்தினால் இதுவரை அச்சில் ஏற்றாமல் இருந் தேன். இப்போது அது, தக்க இடத்தில் சேர்ந்திருக்கிறது.

10/04/2007 **இலந்தை சு. இராமசாமி**

1. ராசலீலை நிகழ்த்தும் நித்திய பிரம்மச்சாரி

மேலோட்டமாகப் பார்க்கிறபோது, கீத கோவிந்தம் ஒரு அப்பட்டமான சிருங் காரப் பிரபந்தமாகத் தெரியும். ஜெயதேவ ரின் காலம் கி.பி 12-ம் நூற்றாண்டு.

அப்போது எழுதப்பட்ட காவியங்களில் பல, காதல்லீலைகளுக்கு முக்கியத் துவம் கொடுத்துள்ளன. அதைத் தவறா கக் கருதவில்லை. வாழ்க்கையின் மிக முக்கிய அங்கமாக அதைக் கருதி வந்தனர். மனத்திலே விரசம் புகுந்த பிற்பாடு, தெய்வீகக் காதல் காட்சிகூட விரசமாகத் தெரியத் தொடங்கிவிட்டது. ஆனால், ஜெயதேவரின் காதல் பிரபந்தம் அதையெல்லாம் தாண்டிப் புனித மானது.

பரீட்சித்து மகாராஜா சுகமுனிவரிடம் கேட்கிறார்:

'ராச லீலையால் என்ன பயன்?'

அதற்குச் சுகமுனிவர் சொல்லும் பதில் -

'ராசலீலை, பகவான் கிருஷ்ணனது பரிவின் வெளிப்பாடு. பக்தர்களுக்கோர் வரப்பிரசாதம். பக்தர் அல்லாதவர் அதன் வெளிப்படையான சிருங்காரத்தால் கவரப்பட்டு உள்வரு வார்கள். பிறகு, சிறிது சிறிதாகத் தெய்வீக நிலைக்கு உயர் வார்கள்.'

வைணவ சித்தாந்தத்தின்படி மஹாவிஷ்ணு ஒருவர்தான் புருஷோத்தமன். மற்றவர்கள் அனைவரும் பெண்களே! பெண் அம்சமும் ஆண் அம்சமும் ஒவ்வொருவரிடமும் ஓரளவு இருக்கிறது. ஒவ்வொரு மனிதருக்குள்ளும் ஒரு கூடல் நிகழ்ந்துகொண்டிருக்கிறது.

ராசலீலை நடக்கிற தளம் வேறு. நாம் அதைப் பார்க்கிற தளம் வேறு. ஒரே தளத்தில் நின்றுபார்க்கிற பக்குவம் கிடைக்கும் போது, அதன் உண்மைத்தன்மை புரியும். எந்தக் கண்ணோட் டத்தோடு பார்க்கிறோம் என்பதும் முக்கியம்.

பகவான் கிருஷ்ணன் அறுபத்து நான்காயிரம் காதல் பெண்டி ரோடு அறுபத்து நான்காயிரம் வீடுகளில் வாழ்ந்ததாகச் சொல் வார்கள். ஒரு வீட்டில் உள்ள கிருஷ்ணன் அடுத்த வீட்டில் உள்ள பெண்ணை ஏறிட்டுப் பார்க்கமாட்டானாம். ஒருவனே பலராகவும், அப்பலரின் தனித்தனி அங்கமாகவும் திகழ் கிறான். அவனை நித்தியப் பிரம்மச்சாரி என்கிறார்கள்.

'பகவான் கிருஷ்ணன் நித்தியப் பிரம்மச்சாரி என்பது உண்மை யானால், ஆறே எனக்கு வழிவிடு' என்று ஒருவன் சொன்னா னாம். ஆறு வழிவிட்டதாம்!

நாயகி நாயகபாவத்தின் எத்தனையோ நிலைகளில் சிருங்கார மும் ஒன்று. நமது ஆழ்வார்களும் நாயன்மார்களும், நாயகி

நாயக பாவத்தின் வெவ்வேறு நிலைகளைப் (இற்செறித்தல், மடலேறுதல், விரகம், தூது போன்றவை) பாடியிருக்கிறார்கள் காதல் வயப்பட்ட பெண்களை வெளியே செல்லக் கூடாது என்று எச்சரித்து, வீட்டுக்குள்ளேயே இருக்க வைப்பதுதான் இற்செறித்தல்! மடலேறுதல் என்பது ஒரு ஆண், பெண்ணிடம் தனது காதலைத் தெரிவிக்க உடலெங்கும் சாம்பல் பூசி, பனைக்கருக்கில் குதிரை போல் செய்து உட்கார்ந்து கொண்டு, அதைத் தனது நண்பர்களை இழுத்துவரச் சொல்லி, காதலிக்கும் பெண்ணின் தெருவழியே, ஊரார் உணர்ந்து கொள்ளும்படியாகச் சென்று காதலைத் தெரிவிப்பது.

தமது பக்தர்களுக்காக இறைவன் எந்த அளவுக்கு இறங்கிவரு கிறான் என்பதைக் கீத கோவிந்தம் காட்டியிருக்கிறது. பக்தனுக் கும் இறைக்கும் இடையே எப்போதும் 'நீயா, நானா?' போட்டிதான்! கண்ணபிரான் ராதையிடம் வந்து, 'உன் தளிர்ப் பாதத்தை என் தலையின்மேல் வை' என்று சொல்கிறான் என்றால், ராதையின் அதீத பக்தியில் மயங்கி அவன் எந்த அளவுக்கு இறங்கி வந்திருக்கிறான் என்பது புரியும். உண்மை யான பிரேமை அவனை இழுத்துவருகிறது. சிற்றின்பமாகக் கருதப்படும் காட்சி, அதன் ஆழ்ந்த நிலையில் பேரின்பத்தை நோக்கி இழுத்துச்செல்கிறது.

கண்ணன் ஆற்றலுடையவன். ஆனால், அந்த ஆற்றல்தான் ராதா!

ஆற்றலைப் பெறும் தகுதியுடையவனிடம் அது சேருகிற போதுதான் ஆற்றலுக்கு மதிப்பு. அதைப் பெற்றவனுக்கும் மதிப்பு. ஆனால், அந்த ஆற்றல் அவனை எளிதில் நெருங்கி விட முடிகிறதா? அதில்தான் எத்தனை இடர்ப்பாடுகள்!

தாபம், ஏமாற்றம், தகிப்பு, ஏமாந்துவிட்டதாகக் கற்பனை - அப் பப்பா ஒன்றிரண்டா! அன்றாடம் மனித வாழ்க்கையிலே நாம் அனுபவிக்கும் உணர்வுகளின் வெளிப்பாடுகள்தான் எத்தனை?

எட்டமுடியாத தொலைவில் இருப்பவன்தான் தொட்டுத் தழுவும் நிலையிலும் நிற்கிறான். அவன் அருகில் நிற்பதை அடையாளம் காட்டத்தான் 'தோழி' தேவைப்படுகிறாள். அந்தக் கதாபாத்திரம்தான் வழிகாட்டுகிற குரு. சரியான பாதையில் செலுத்துகிற வழிகாட்டி. வழி தவறும்போது அறிவுறுத்தும் சிநேகிதி.

கீத கோவிந்தத்தில் தோழி இதைத்தான் செய்கிறாள்.

கீத கோவிந்தம் ஒரு காவியம் என்று சொல்லப்பட்டாலும், அதை ஒரு சிருங்காரப் பிரபந்தமாகத்தான் நம்மால் ஏற்றுக் கொள்ள முடிகிறது. காவியத்துக்குச் சொல்லும் இலக்கணப்படி கீத கோவிந்தம் அமையவில்லை. இந்தப் பிரபந்தத்தின் நோக்கமே வேறு. பகவான் கண்ணனின் பெருமையையும் மக்களுக்கு அவன் அள்ளிவழங்கும் பேரின்பத் தன்மையையும் எடுத்துச்சொல்வது இது.

ராதா கல்யாண உற்சவங்களில் அஷ்டபதி முழுதும் பாடப்பெறவில்லையென்றால், அந்நிகழ்ச்சி முற்றுப் பெறுவதில்லை. நாட்டின் வெவ்வேறு பகுதிகளில் வெவ்வேறு விதமாக இது பாடப்படுகிறது.

ராதாகல்யாண பஜனைகளில், ராதையின் விரகதாபத்தை அஷ்டபதியில் பாடும்போது ராதையின் துயரைத் தாங்கமாட்டாமல் அழுகிறவர்களைப் பார்த்திருக்கிறேன். அந்த அளவுக்கு மக்கள் அதனோடு ஒன்றிப்போயிருக்கிறார்கள்.

அஷ்டபதியின் பெருமையைப் பற்றிப் பலகதைகள் சொல்லப்படுகின்றன. ஓர் இடைப்பெண் மாடு மேய்த்துக்கொண்டிருக்கும்போது 'ஸ்ரித கமலா' என்ற பாடலைப் பாடினாளாம். அதை அவள் அடிக்கடி பாடுவாளாம். இந்தப் பாடல் எங்கு பாடப்பட்டாலும் அங்கு சென்று கேட்கும் ஆர்வமுள்ள பூரி ஜகந்நாதர், அந்தப் பெண்ணின் பாட்டைக்கேட்க காட்டுக்குள் அவள் பின்னே சென்றாராம். அவர் அணிந்திருந்த பீதாம்பரம் முள்ளிலும் கல்லிலும் பட்டுக் கிழிந்ததாம். கோயிலுக்கு வந்த

அரசன் அந்தக் கிழிந்த ஆடையைப் பார்த்து ஏன் கிழிந்திருக் கிறது என்று கேட்க, அர்ச்சகர்கள் தங்களுக்கு எதுவும் தெரியா தென்றும் தினமும் புது ஆடை அணிவிப்பதாகவும் அது கிழிந்துவிடுவதாகவும் சொல்ல, ஜகந்நாதரே அந்தப் புதிரை விடுவித்தாராம். அதைக்கேட்ட அரசன், ஜகந்நாதர் - அஷ்டபதி பாடும் இடங்களுக்குச் செல்வதால் இனி அஷ்டபதி சுத்தமான இடத்தில்தான் பாடப்படவேண்டும் என்றும், 'ஸ்ரித கமலா' என்ற பாடல் ஜகந்நாதர் முன்னிலையில் மட்டுமே பாடப் படவேண்டும் என்றும் உத்தரவு போட்டானாம்.

ஜெயதேவர் வேறு இரு நூல்கள் எழுதியிருப்பதாகச் சொல்லப் பட்டாலும், கீத கோவிந்தம்தான் அவருக்குப் புகழ் தந்தது. கீத கோவிந்த பிரபந்தத்தால் அது எழுதப்பட்ட ஒரு நூற்றாண்டுக் குள் அவர் வடமொழிக்கவிஞர்களிலே மிகச் சிறந்தவராகக் கருதப்பட்டார். ராதாவைப் பற்றி அதற்குமுன் பரவலாகப் பேசப்பட்டாலும், கீத கோவிந்தத்தால்தான் ராதா, வைணவ பக்தி இயக்கத்தின் தெய்வமாகவே மாறிவிட்டாள். சைதன்ய மகாப்ரபு தனது பக்தர்களுக்குக் கீத கோவிந்தத்தை அறிமுகப் படுத்தி அதைப் பரப்புவதற்கு ஏற்பாடு செய்தார்.

இந்த அஷ்டபதியில் வரும் சுலோகங்களை ஆராய்ந்து பார்க் கிறபோது - சில மன்னனாலும், சில ஜெயதேவராலும், சில ஜெயதேவரைப் புகழ்ந்து பாடும் நோக்கோடு வேறு சிலராலும் எழுதப்பட்டிருக்கலாம் என்று தோன்றுகிறது. சில சாற்றுக் கவிகளாக அமைந்திருக்கின்றன.

ஜெயதேவரே கோயில்களில் பாடுவதற்காக அஷ்டபதியும் வேறு சில விருத்தங்களும், பொது இடங்களில் பாடுவதற்காக சிருங்காரம் அதிகம் சேர்த்தும் எழுதியிருக்க வாய்ப்புண்டு.

ஆனால், இப்போதுள்ள அமைப்பில் மக்களால் முழுமையாக அஷ்டபதி ஏற்றுக்கொள்ளப்பட்டிருப்பதால் வேறு எந்த ஆராய்ச்சியும் அநாவசியம்.

இனி கீத கோவிந்தத்துக்குள் பிரவேசிப்போம்.

2. இரவில் பாடிய ரகசியப் பாடல்கள்!

'பத்மாவதி' என்று குரல் கொடுத்தார் ஜெயதேவர்.

அவரது மனைவி பத்மாவதி உள்ளிருந்து வந்தாள்.

'என்ன வேண்டும்?' என்று கேட்டாள்.

'இந்த ஊரைவிட்டு எங்காவது போய் விடலாமா என்று தோன்றுகிறது!'

'ஏன் அப்படிச் சொல்கிறீர்கள்? அரசர் உங்களைத் தலைமேல் தூக்கிவைத்துக் கொண்டாடுகிறாரே!'

'உண்மைதான். அரசருக்கு எப்பொழுதும் சிருங்காரம் பாட வேண்டியிருக்கிறது. எனக்குச் சலித்துவிட்டது!'

'சிருங்காரத்துக்கென்றுதான் ஆச்சார்ய கோவர்த்தனா இருக் கிறாரே!'

'ஆமாம். ஆனால்...'

'ஆனால் என்ன? சிருங்காரம் மோசமானதா? மனிதர்களுக்குப் பாடாமல், மாதவனுக்குப் பாடுங்களேன். நீங்கள்தான் கிருஷ்ணபக்தராயிற்றே!' என்றாள் பத்மாவதி.

'அதுவும் சரிதான். பத்து அவதாரங்களில் கண்ணன்தான் அதற்கு ஏற்றவன். ராதாகிருஷ்ணனைப் பாடலாம்!' என்றார் ஜெயதேவர்.

மறுநாள் அரசவையில் ஜெயதேவர், ராதாகிருஷ்ண லீலையை தான் பாட எண்ணியிருப்பதாகச் சொன்னபோது, அரசனுக்கு அளவில்லாத மகிழ்ச்சி!

'நானும் அதைப் பாடுகிறேன்!' என்றான் அரசன். மன்னனும் சிறந்த கவிஞன்.

'நான் சந்தக்கண்ணிகளாகப் பாடலாம் என்றிருக்கிறேன்!' என்றார் ஜெயதேவர்.

'நான் விருத்தத்தில் பாடுகிறேன். எதை எதை எந்தத் தொடர்ச்சியில் பாடுவது என்று கதை அமைப்பை முதலி லேயே தீர்மானம் செய்துகொள்ளலாம்!' என்றான் மன்னன்.

மன்னன் சொன்னால் அதற்கு மறுப்பேது? அந்த அவையில், ஜெயதேவரையும் சேர்த்து ஐந்து கவிஞர்கள் இருந்தனர். ஒவ்வொருவரும் ஒவ்வொரு வகையிலே தேர்ச்சிபெற்ற வர்கள். ஜெயதேவர் எல்லா வகைகளையும் தங்குதடை யின்றிப் பாடக்கூடியவர்.

ஐந்து கவிஞர்களும் மன்னனும் சேர்ந்து, கதைக்கோவையைத் தீர்மானித்தனர். அவரவர் மனோதர்மப்படி எழுதுவது என்று முடிவாயிற்று. 'மன்னன் எழுதும்போது தானும் எழுத வேண்டுமா?' என ஜெயதேவர் எண்ணினார்.

'அரசே! தாங்களே அதை எழுதிவிடுங்களேன்!' என்றார்.

'வேண்டாம் வேண்டாம். மக்களுக்கு வெவ்வேறு சுவை கிடைக்கட்டுமே! சிருங்காரம்தானே! வெளுத்துக்கட்டி விடுகிறேன்!' என்றான் மன்னன்.

இருவரும் எழுதத் தொடங்கினர்.

ஜெயதேவரின் மனைவி பத்மாவதி நடனக்கலையில் வல்ல வள். எனவே, ஜெயதேவர் எழுதும் ஒவ்வொரு கண்ணிக்கும் அபிநயம் பிடித்துக்காட்டினாள்.

'பத்மாவதி! நான் எழுதுவது அஷ்டபதி. உன்னுடைய நடனம் எனக்கு மேலும் ஊக்கமளிக்கிறது. எனவே, உன் பேரையும் இதில் சேர்க்கப்போகிறேன்!' என்றார் ஜெயதேவர்

'உங்கள் பெயர், உங்கள் தந்தை பெயர், தாயார் பெயர், உங்கள் ஊர் எல்லாம் வரவேண்டும். அப்போதுதான் இதை யார் எழுதி னார் என்பது பிற்காலத்தில் தெரியும்' என்றாள் பத்மாவதி.

'அப்படியே செய்துவிடுகிறேன்!' என்றார் ஜெயதேவர்.

ஜெயதேவரின் நூல் உருவாகிக்கொண்டிருந்தது. பக்திப் பரவசத்தோடு ஒவ்வொரு கண்ணியையும் ரசித்து எழுதினார். 18 அத்தியாயங்கள் முடிந்துவிட்டன. 19-வது அத்தியாயத்தை எழுதத்தொடங்கி 6 கண்ணிகளை எழுதிமுடித்தார். ஆறு கண்ணிகள் முடியும்போதே ஏழாவது கண்ணி மனத்தில் உருவாகிவிட்டது. தன்னை அறியாமல் ஓலையில் எழுதி னார். 'மம சிரஸி மண்டனம் தேஹி பதபல்லவமுதாரம்' என்று எழுதிவிட்டார். ஓலையில் எழுதியதைக் கண்கள் பார்த்தன. திடுக்கிட்டார்.

'என்ன இது! கண்ணன் தலையில் ராதையின் பாதங்களா? நினைத்துக்கூடப் பார்க்கமுடியவில்லையே! நானா இதை எழுதினேன்?, 'உன்னுடைய தளிர்ப்பாதங்களை என் தலை யில் வை என்று கண்ணன் கெஞ்சுவதா? அபசாரம், அப

சாரம்!' என்று சொல்லி, தான் எழுதியதை எழுத்தாணியால் அடித்தார். மனம் பதை பதைத்ததால், தொடர்ந்து எழுதாமல் ஆற்றுக்குக் குளிக்கச் சென்றார்.

அந்த நேரத்தில் பகவான் கண்ணனே ஜெயதேவராக உருவம் எடுத்து, வீட்டுக்குள் வந்தான். ஜெயதேவர் எழுதி வைத் திருந்த ஏட்டை எடுத்தான். ஜெயதேவர் அடித்திருந்த வரி களை மீண்டும் அதில் எழுதினான். அதற்குள் பத்மாவதி, பூஜையை முடித்துவிட்டுப் பிரசாதம் கொண்டு வந்து கொடுத் தாள். கண்ணன் அதை வாங்கிச் சாப்பிட்டுவிட்டு வெளியேறி னான். குளிக்கச் சென்ற ஜெயதேவர், சிறிது நேரத்தில் திரும்பி வந்தார். தான் எழுதிவைத்திருந்த ஏட்டை எடுத்துப் பார்த்தார். முன்பு தான் அடித்துவிட்டிருந்த வரிகளுக்குக் கீழே அதே வரிகள் அப்படியே மீண்டும் எழுதியிருப்பதைப் பார்த்தார்.

'பத்மாவதி, இந்த ஏட்டில் நீ எழுதினாயா?' என்று கேட்டார்.

'என்ன சொல்கிறீர்கள்? நீங்கள்தானே வந்து எழுதினீர்கள்!'

'நான் வந்தேனா? நான் இப்போதுதானே வந்தேன்!'

'பிரசாதம்கூடச் சாப்பிட்டீர்களே!'

ஜெயதேவருக்குப் புரிந்துவிட்டது. வந்தது கண்ணன்தான்!

'பத்மாவதி! நீ அதிர்ஷ்டம் செய்தவள். கண்ணன் உனக்குத் தரிசனம் தந்து, பிரசாதமும் சாப்பிட்டுச் சென்றுள்ளான். யாருக்குக் கிடைக்கும் இந்த அதிர்ஷ்டம்?' என்றார்.

'என் கண்களைப் பாருங்கள்' என்றாள் பத்மாவதி.

'பார்க்கிறேன்.'

'அதில் யார் தெரிகிறார்கள்?'

'நான்தான்!'

'அப்படியென்றால், என் கண்கள் மூலம் நீங்கள்தான் கண்ண னைப் பார்த்தீர்கள்!' என்றாள் பத்மாவதி.

கண்ணனே அப்படித்தான் எழுதவேண்டும் என்று உத்தரவு கொடுத்தபிறகு, அதை மாற்றுவது தவறு என்று எண்ணி அப்படியே தொடர்ந்து இருபத்து நான்கு அஷ்டபதிகளையும் எழுதிமுடித்தார் ஜெயதேவர்.

கீத கோவிந்தத்தின் இரண்டாவது பாடலிலேயே பத்மாவதி என்று பெயர் வரும்படி அமைத்திருந்தார்.

கிந்துபில்வம் என்ற தனது பிறந்த ஊரை 'கிந்துபில்வ சமுத்ர சம்பவ' என்றும், தாய் தந்தை பெயர்களை 'ஸ்ரீ போஜதேவ ப்ரபவஸ்ய ரமாதேவி சுத ஸ்ரீஜெயதேவ கஸ்ய' என்றும், 'ஜயது பத்மாவதி ரமண ஜயதேவகவிபாரதி' என்றும் எழுதினார். அவர் பிறந்த ஊர், பூரி ஜகந்நாத க்ஷேத்திரத்துக்கு, அருகில் சமுத்திரக்கரையோரமாக உள்ள கிந்துபில்வம்.

ஜெயதேவரின் கீத கோவிந்தம் மக்களிடையே வெகு வேக மாகப் பரவியது. நடன அரங்குகளில், அவரது அஷ்டபதியைப் பாடி நடனமாடினார்கள். அதன் பல்வேறுபட்ட சந்தங்கள் நடனத்துக்கு ஏற்றவையாக அமைந்திருந்தன. மன்னன் தனது பாடல்களையும் படியெடுத்து மக்களிடையே பரப்பினான். ஆனால், அது பிரபலமாகவில்லை. எனவே கோபம் கொண்ட மன்னன், ஜெயதேவர் பாடலை யாரும் பாடக்கூடாது என்று கட்டளையிட்டான். ஆனால் இரவு வேளைகளில் யாருக்கும் தெரியாமல், ரகசியமாக அப்பாடல்களுக்கு நடனமணிகள் அபிநயம் பிடித்தனர். தடை செய்யப்பட்டதால் அது இன்னும் வேகமாகப் பரவியது. பூரி ஜகந்நாதர் கோயிலிலும் நடன அரங்கில் வழக்கமாக ஆடப்பட்டது.

மன்னனைச் சந்தித்துப் பல அறிஞர்கள் ஜெயதேவர் பாடல் களைத் தடை செய்தது சரியில்லை என்று கூறினர்.

'நானும் மிகவும் பக்தியுடன்தான் எழுதினேன். வேண்டு மானால் இருவர் பாடல்களையும் பூரி ஜகந்நாதர் கோயிலில் கர்ப்பக்கிரகத்தில் வைத்துப் பூட்டிவிடலாம். மறுநாள் காலை திறந்து பார்ப்போம். யாருடைய ஏடு வெளியில் கிடக்கிறதோ

அவருடைய பாடலை ஜகந்நாதர் விரும்பவில்லை என்று அர்த்தம்!' என்றார். எல்லோரும் ஒப்புக்கொண்டார்கள். அதன்படி ஏடுகள் ஜகந்நாதர் ஆலய கர்ப்பக்கிரகத்தில் வைத்துப் பூட்டப்பட்டன. மறுநாள் காலை, மன்னனுடைய ஏடு வெளியில் கிடந்தது. ஜெயதேவர் ஏட்டின்மீது பூக்கள் விழுந்திருந்தன.

மன்னன் வெட்கமடைந்தான். ஜகந்நாதர்முன் நின்று மன முருக வேண்டினான். ஓர் அசரீரி கேட்டது

'மன்னவனே! உன் பாடல்களும் நன்றாகத்தான் உள்ளன. உன்னுடைய ஏட்டில் இருபத்து நான்கு பாடல்களைத் தேர்ந்தெடுத்திருக்கிறேன். உன் ஏட்டில் அவை குறிக்கப்பட்டிருப்பதைப் பார். அப்பாடல்கள் ஜெயதேவர் அஷ்டபதிகளுக்கு முன்னும் பின்னும் சேர்த்துப் பாடப்படும்!' என்றது.

மன்னன் மனம் மகிழ்ந்தான். ஓடிப்போய் ஜெயதேவரிடம் மன்னிப்பு கேட்டான்.

3. ராதையோடு இரவுப்பொழுது

முதல் ஸர்க்கம்

பிரபந்தங்களில் பொதுவாக இறை வணக்கம் பாடிவிட்டுத்தான் மற்ற பாடல்களை எழுதுவார்கள். ஆனால், நந்தகோபனின் கூற்றை முதலில் கொடுத்துவிட்டுபிறகு இறைவணக் கத்துக்கு வருகிறார் ஜெயதேவர்.

நந்தகோபன், ராதையை அழைத்துச் சொல்கிறான்.

'ஹே, ராதே! வானத்தில் கருமேகங்கள் சூழ்ந்து இருட்டு வரத்தொடங்கிவிட் டது. தமால மரங்களில் கருமை கவி கிறது. கண்ணன், பீதியால் தளர்வுற்றிருக் கிறான். இவனைப் பொறுப்போடு வீட்டிற்கு அழைத்துச் செல்!' என்கிறான். அவனது ஆணையின்படி

செல்லும் ராதா - மாதவ ஜோடி, யமுனை நதிக்கரையில் தனித்த புதர்களிடையேயும் மரங்களிடையேயும் ஆச்சரியமான கேளிக்கைகள் புரிந்தனர்.

ராதைக்குக் கண்ணன் மேல் தீராத காதல். கண்ணனோ அருகி லேயே இருக்கிறான். கேளிக்கைகளுக்கேற்ற இரவுப்பொழுது. அழைத்துச்செல்ல, கண்ணனுடைய தந்தையின் அனுமதியும் கிடைத்துவிட்டது. மரங்களும் புதர்களும் தக்க சூழலை உருவாக்குகின்றன. எல்லாம் தயாராக இருந்தும் ராதை, கண்ணனோடு உடனே இணைய இயலவில்லை. அவள் பல வேதனைகளை அனுபவிக்கவேண்டியிருக்கிறது. கண்ணனும் வேதனைப்படுகிறான். இறுதியில்தான் கேளிக்கை நிகழ்கிறது. இது ஏன்?

கண்ணன் வேண்டுமென்றே ராதையைச் சோதனைக்குள்ளாக் குகிறான். அடியவர்களின் பக்தி, ஆண்டவனால் சோதிக்கப்படு கிறது. அந்தப் பிரேமையின் தீவிரத்தைக் கண்ட பின்புதான், அருளை அள்ளிப்பொழிகிறான். இதைத்தான் கீத கோவிந்தம் எடுத்துக்காட்டுகிறது. என்ன நிகழப்போகிறது என்பதை, முதற்பாடல் குறிப்பால் எடுத்துக்காட்டுகிறது.

அடுத்த பாடல் இறையருள் பேசும் பாடல்.

'வாக்தேவதா' என்று தொடங்கி, தான் கலைமகளின் அருளைப் பெற்றவன் என்பதை அறிவிக்கிறார். அந்த அருளினாலே, கண்ணனின் காதல் விளையாட்டினை ஜெயதேவன் பாடு கின்றான் என்கிறார். இந்தப் பாடலிலே, தனது மனைவி பத்மாவதியின் பாதங்கள் தமக்கு அபிநயம் பிடித்து உதவுவதைக் குறிப்பால் உணர்த்துகிறார்.

ஹரியின் மேல் பக்தி இருக்கவேண்டும். சிருங்காரம் அசிங்கம் என்று கருதாமல் இறைசம்பந்தமுள்ள லீலையெனக் கருதி, அதன் உட்பொருளை உணர்ந்து மகிழ்ந்து ரசிக்கிற பக்குவமும் வேண்டும். இவை இரண்டும் இருந்தால், கீத கோவிந்தத்தைப் படிக்கலாம் என்கிறார். அடுத்து அஷ்டபதி ஆரம்பிக்கிறது.

4. அற்புத அவதாரங்கள் பத்து

ஸர்க்கம் 1 *அஷ்டபதி 1*

தசாவதாரத்தைக் கூறும் முதலாம் அஷ்ட பதி- 'ப்ரயை பயோதி ஜலே த்ருத' என்று தொடங்குகிறது.

இந்தப் பாடலில் தனது இஷ்டதெய்வ மான கண்ணனே திருமால் எடுத்த பத்து அவதாரங்களின் ஊடாக இழைபவன் என்று கருதி, கிருஷ்ணாவதாரத்தைப் பாடாமல் மற்ற எல்லா அவதாரங்களை யும் பாடுகிறார். இது இறைவணக்கத் தோடு தொடங்குவதாக அமைந்துவிடு கிறது. இந்தப் பாடலில், ஒவ்வொரு கண்ணியின் முடிவிலும் அந்தந்த அவ தாரங்களின் பெயரைச் சொல்லி 'ஜயஜக தீச ஹரே' என்று முடிப்பது, நடன நிகழ்ச் சிகளுக்கு ஏற்றதாக அமைந்துவிடுகிறது.

தசாவதாரத்தின் முதல் அவதாரம் மச்சாவதாரம். பரிணாம வளர்ச்சியின் படி, உயிர்த்தொடக்கம் நீரில்தான்!

கடை ஊழிக்காலத்தே ஹயக்ரீவன் என்ற குதிரைமுகம் கொண்ட அசுரன், வேதங்களைப் பிரம்மாவிடமிருந்து திருடிக்கொண்டு சென்றுவிட்டான். வேதமின்றி சிருஷ்டி நடக்காது என்பதனால் எல்லோரும் திருமாலிடம் முறையிட, அவர் மீனாக அவதரித்தார். சிறிது சிறிதாக வளர்ந்து பெரிய மீனாகி ஹயக்ரீவனை வதம் செய்தார். வேதத்தை மீட்டு, பிரம்மனிடம் அளித்தார். சிருஷ்டி மீண்டும் தொடங்கியது.

அடுத்து நீரிலும் நிலத்திலும் வாழும் ஆமையாகப் பிறப் பெடுக்கிறான்.

தேவர்களும் அசுரர்களும் சேர்ந்து அமுதம் பெறுவதற்காக, பாற்கடலைக் கடைய முடிவெடுக்கின்றனர். அதன்படி, மந்திர மலையை மத்தாகவும் வாசுகிப் பாம்பை நாணாகவும் கொண்டு தேவர்களும் அசுரர்களும் எதிரெதிர் அணியில் நின்று பாற் கடலைக் கடைந்தனர். அப்போது தனது கனத்தின் காரணத்தால் மந்திரமலை கொஞ்சம் கொஞ்சமாகக் கீழே இறங்கத் தொடங் கியது. உடனே, திருமால் ஆமை உருவெடுத்து தனது ஓட்டின்மேலே மந்திரமலையைத் தாங்கிக்கொண்டார்.

கடலைக் கடையக்கடைய ஒவ்வொரு பொருளாக அதனின்றும் வெளிப்பட்டது. முதலில், ஆலகால (கார்க்கூடம் என்றும் சொல்வதுண்டு) விஷம் வெளியிலே வந்தது. எல்லோரும் நடுங்க, சிவபெருமான் அதை உண்டு நீலகண்டனானார். அடுத்து மதுவரசி வருணி வந்தாள். அவளுக்கு 'சுரா' என்று பெயர். அசுரர்கள் அவளை ஏற்க மறுத்தார்கள் (எனவே, அசுரர் என்ற பெயர் அவர்களுக்கு வந்தது என்று சொல்வார்கள்). தேவர்கள் ஏற்றுக்கொண்டு, சுரர் என்ற பெயர் பெற்றனர்.

அடுத்து பாரிஜாத மரம், கௌஸ்துபமணி, காமதேனு என்ற பசு, உச்சைஸ்ரவா என்ற குதிரை, ஐராவதம் என்ற யானை, சந்திரன், அப்ஸரப்பெண்கள் (அப்பு என்றால் நீர். நீரிலிருந்து

வந்ததால் அப்ஸரஸ்) வந்தனர். அடுத்து லக்ஷ்மி வந்தாள். அவளைத் திருமால் ஏற்றார். கடைசியாக, தன்வந்திரி அமுத கலசத்தைத் தாங்கி வந்தார். அதுவரை பொறுமையாக அமுதத் திற்கே குறிவைத்து மற்றெதையும் கருதாமல் இருந்த அசுரர் கள், அமுதக் கலசத்தைப் பறித்துக்கொண்டு ஓடினர். திருமால் மோகினி வடிவம் எடுத்து அவர்களிடமிருந்து அமுதக் கலசத்தை வாங்கி, தந்திரமாக அமுதம் தேவர்களுக்குக் கிடைக்குமாறு செய்தார்.

அடுத்த பரிணாம வளர்ச்சியாக, நிலத்தில் வாழும் பன்றியாக அவதாரம் எடுத்தார் திருமால்.

ஹிரண்யாட்சன் என்ற அசுரன் பூமியைத் தூக்கிச்சென்று கடலுக்கடியில் ஒளித்துவைத்துவிட்டான். திருமால் ஒரு காட்டுப் பன்றியாக உருவெடுத்து ஹிரண்யாட்சனைக் கொன்று பூமியை மீட்டார். பூமியை வராஹம் தனது கொம்புகளுக்கிடையே தூக்கிவரும் காட்சி, அம்புலி வளைவுக்குள் பூமி அமர்ந்திருப் பதைப்போல அழகாகத் தெரிந்ததாம்!

அடுத்து வருவது - பாதி மிருகமாகவும் பாதி மனிதனாகவும் எடுத்த நரசிம்ம அவதாரம்

ஹிரண்ய கசிபு என்ற அரக்கன் தான் பிரம்மாவிடம் பெற்ற வரத்தால் தானே தெய்வம் என்றும், தன்னைத்தான் எல்லோ ரும் தொழவேண்டும் என்றும், வேறு கடவுளர்களைத் தொழக் கூடாது என்றும் அறிவித்தான். ஆனால், நாரதரால் கருவி லேயே ஹரிபக்தி ஊட்டப்பட்ட ஹிரண்யகசிபுவின் மகன் பிரகலாதன், அந்த ஆணையை ஏற்க மறுத்தான். எப்பொழு தும் ஹரிநாமத்தையே சொல்லிவந்தான். கோபங்கொண்ட ஹிரண்யகசிபு, பிரகலாதனைக் கொல்ல பலவகைகளிலும் முயன்றான். முடியவில்லை. எனவே பிரகலாதனைப்பார்த்து, ‘உன் ஹரி எங்கே இருக்கிறான் சொல்?’ என்று கேட்க, ‘ஹரி எங்கும் இருக்கிறான்’ என்றான் பிரகலாதன். ‘அப்படி யென்றால், இந்தத் தூணில் இருக்கிறானா?’ என்று கேட்டான் ஹிரண்யகசிபு.

‘தூணிலும் உள்ளான், துரும்பிலும் உள்ளான்’ என்றான் பிரகலாதன்.

உடனே, தனது கையிலிருந்த ஆயுதத்தால் தூணைப் பிளந்தான் ஹிரண்யகசிபு. தலை சிங்கமாகவும் உடல் மனிதனாகவும் உள்ள நரசிம்ம உருவில் வந்தான் எம்பெருமான். ஹிரண்ய கசிபு - மிருகங்களாலும் மனிதர்களாலும், பகலிலும் இரவிலும், உள்ளும் வெளியும் தனது சாவு நிகழக்கூடாது என்று வரம் பெற்றிருந்ததால், மனிதனும் மிருகமும் கலந்த உருவில், இரவும் பகலும் அற்ற அந்திப்போதில், உள்ளும் வெளியும் அற்ற வாசற்படியில் ஹிரண்யகசிபுவைத் தூக்கிச் சென்று தனது மடியில் கிடத்தி, வலிவான தாமரை இதழைப் போல் வளைந்த கை நகங்களால் கருவண்டுபோல் கிடந்த ஹிரண்யகசிபுவின் வயிற்றைக் கிழித்துக் குடலை உருவிக் கொன்றான்.

நரசிம்மத்தின் கோபம், பிரகலாதனின் சாந்த முகத்தைப் பார்த்ததும் தணிந்தது

அடுத்து முழு மனிதனாக, ஆனால் வடிவத்தில் குறுகிய வாமனனாக அவதரித்தான் எம்பெருமான்.

பிரகலாதனின் பேரன் மஹாபலி, பாதாள உலகின் அரசனாக ஆண்டுவந்தான். மூவுலகையும் கைப்பற்றி ஆளவேண்டும் என்றும் இந்திரப் பதவியைக் கைப்பற்றிக் கொள்ளவேண்டும் என்றும் ஆசைப்பட்டான். அதற்காகவே குலகுருவின் உதவி யோடு தனது விருப்பத்தைப் பூர்த்திசெய்யும் யாகம் நடத்தினான். யார் வந்து எதைக்கேட்டாலும் மனமுவந்து தானமாகக் கொடுத்துவந்தான். மஹாபலிக்கு அறிவுறுத்தவும் அவனுக்கு அருள் புரியவும் தீர்மானித்த திருமால், குறுகிய வடிவு கொண்ட வாமனனாக வந்தான்.

வாமனனின் அழகைக் கண்ட மஹாபலி மயங்கி, ‘தங்களுக்கு என்ன வேண்டும்?!’ கேளுங்கள் தருகிறேன் - என்றான்.

வந்திருப்பவன் மஹாவிஷ்ணு என்பதை அறிந்த குலகுரு சுக்ராச்சாரியார் தானம் கொடுப்பதைத் தடுத்தார். மஹாபலி,

அசுரனானாலும் அறவழி நடப்பவன். எனவே, என்ன நேர்ந் தாலும் கேட்பதைக் கொடுத்தே தீருவேன் என்றான்.

'அரசே எனது அடிகளால் அளந்து, மூன்று அடி மண் வேண்டும்' என்றான் வாமனன்.

'அவ்வளவுதானா?'

'அவ்வளவேதான்!'

'தந்தேன்' என்று சொல்லி வாமனனின் கரங்களிலே நீர் வார்க்கும்போது, கெண்டிக்குள் வண்டாகப்புகுந்து தடுத்தார் சுக்கிராச்சாரியார். வாமனன் ஒரு சிறு தர்ப்பையை அந்தக் கெண்டிக்குள் நுழைக்க, சுக்கிராச்சாரியாரின் ஒரு கண்ணை அது குத்திவிட்டது. அவர் வெளியிலே வந்துவிட்டார். தானம் உறுதிசெய்யப்பட்டவுடன், வாமனன் விண்ணுக்கும் அப்பால் உயர்ந்து மண்ணுக்கும் கீழேபோய் திரிவிக்கிரமனாக விஸ்வ ரூபமெடுத்தார். ஓரடியால் விண்ணையும் இரண்டாவது அடியால் மற்றவுலகங்களையும் அளந்துவிட்டு, 'மஹாபலி, இன்னும் ஓரடி பாக்கி இருக்கிறது! என்ன செய்ய?' என்று கேட்டார்

'என் தெய்வமே! என் தலையில் உங்கள் திருவடியை வைத்து அருள்செய்யுங்கள்!' என்றான் மஹாபலி.

திரிவிக்கிரமனாக விண்ணை அளந்தபோது, அவரது பெரு விரலின் நகம் பிரம்மலோகத்தில் இருந்தது. அதைப்பார்த்த பிரம்மா வணங்கி அந்த நகத்துக்கு அபிஷேகம் செய்தார். அந்த நீர், பெருவிரல் நகத்திலிருந்து ஒழுகிக்கொண்டிருந்தது. அப்படிப்பட்ட திருப்பாதத்தை, மஹாபலியின் தலையில் வைத்துச் சற்றே அழுத்தி பாதாளத்தில் சேர்த்தார்.

'மகா பிரபோ! இந்திரப் பதவியும் ஈரேழு பதினான்கு உலகங் களும் இந்த அருட்பேறுக்கு ஈடாகாது!' என்றான் மஹாபலி.

வாமனனைக் கண்டு, அவன் அழகை வியந்தான் மஹாபலி!

திரிவிக்கிரமனாக வந்தபோது அவனது விரிவை வியந்தான்! தனது தலையில் பாதம் பதித்தபோது, அவனது அருளை வியந்தான். வியப்பின் உச்சத்துக்கே போய்விட்டான். எனவே தான் ஜயதேவர், 'அற்புத விக்ரமனே, பலி வியந்திடு வாமா' என்கிறார்.

மஹாவிஷ்ணுவின் கால் கட்டைவிரலிலிருந்து கங்கை உற்பத்தியாகி வருவதாகச் சொல்லப்படுகிறது. எனவே, 'அரும் பெரும் விரல்நுனி நதிவிடும் சீமா' என்கிறார் ஜெயதேவர்.

பரிணாம வளர்ச்சியில் குள்ளமான நிலையிலிருந்து மனிதன் பெரிய நிலைக்கு உயர்கிறான். ஆனால் சட்டதிட்டங்களுக்கு உட்பட்டவனாக, அதேசமயம் கோபதாப உணர்ச்சிகளுக்கு ஆட்படுபவனாகவும் வளர்கிறான். அடுத்துவரும் அவதாரம், தந்தை சொல் கீழ்ப்படிதல் என்ற பண்பை எடுத்துக்காட்டுவதோடு கோபதாபங்களையும் விளக்குகிறது. அது பரசுராம அவதாரம்.

பரசுராமர், ஜமதக்னி முனிவரின் ஐந்தாவது மகன். அவனது தாய் தினமும் ஆற்றுக்குச் சென்று, தனது பதிவிரதா தர்மத்தின் பலத்தால் மணலில் குடம் பிடித்து அதில் புனித நீர் கொண்டு வருவாள். ஒருநாள் மேலே பறந்துகொண்டிருந்த கந்தர்வனின் அழகைப் பார்த்து ஒருகணம் வியந்தாள். அதனால் பதிவிரதா பலம் குறையவே, மணலில் குடம் பிடிக்க முடியவில்லை. இதை அறிந்த ஜமதக்னி முனிவர் கோபம் கொண்டு, தனது மூத்த மகனிடம் தாய் ரேணுகாவைக் கொல்லும்படி உத்தர விட்டார். அவன் மறுத்தான். அதுபோலவே முதல் நான்கு மகன்களும் மறுக்க, தனது கடைக்குட்டி மகனான பார்கவ ராமன் என்ற பரசுராமனிடம், தாயையும் அண்ணன்கள் நால் வரையும் வெட்டச் சொன்னார் ஜமதக்னி முனிவர். தந்தையின் ஆணையை உடனே நிறைவேற்றினான் பரசுராமன். மனம் மகிழ்ந்த ஜமதக்னி என்ன வரம் வேண்டும் எனக் கேட்க, தனது தாயும் தமையன்களும் மீண்டும் உயிர்பெற வேண்டும் என்றான். அவ்வாறே உயிர்பெற்றார்கள் (தாயின் உடலை

வேறொரு பெண்ணின் தலையோடு தவறுதலாக மாற்றி விடுவதாகவும் ஒரு கதை உண்டு).

கார்த்தவீர்யார்ச்சுனன் என்ற அரசன், தத்தாத்ரேயரின் வரபலத்தால் யார் கண்ணுக்கும் படாமல் திரியும் பலம் பெற்றிருந்தான். அவன் ஒருநாள் வேட்டையாட வந்தபோது, ஜமதக்னி முனிவர் ஆசிரமத்துக்கு வந்தான். அவனுக்கும் அவனுடைய படைகளுக்கும் உணவு அளிக்கும்படி ஜமதக்னி சொல்ல, காமதேனு அவ்வண்ணமே செய்தது. அதைப்பார்த்த அரசன் காமதேனுவைத் தனக்குக் கொடுக்கும்படி சொல்ல, முனிவர் மறுத்துவிடுகிறார். அவன் பலவந்தமாகக் காமதேனுவையும் அதன் கன்றையும் கவர்ந்து சென்றுவிடுகிறான். கோபங் கொண்ட பரசுராமர் அவனிடம் போரிட்டு அவனைக் கொல்கிறார். காமதேனுவையும் கன்றையும் மீட்டுவருகிறார்.

கார்த்தவீர்யார்ச்சுனனின் புதல்வர்கள் இதற்குப் பழிவாங்க பரசுராமன் இல்லாத சமயமாக ஆசிரமத்துக்குச் சென்று, தியானத்திலிருக்கும் ஜமதக்னி முனிவரை வெட்டிக்கொன்று விடுகிறார்கள். திரும்பிவந்த பரசுராமனிடம் நடந்ததைச் சொல்லி, இருபத்தொரு முறை மார்பிலடித்துக்கொண்டு புலம்புகிறாள் அவன் அன்னை. அதைப்பார்த்த பரசுராமன் இருபத்தொரு தலைமுறை வரையிலும் க்ஷத்திரியர்களை அழிப்பதாகச் சபதமேற்று அப்படியே செய்துமுடிக்கிறார். பிறகு, ராமாவதாரத்தில் ராமனிடம் தனது ஆயுதங்களை ஒப்படைக்கிறார். பரசு என்ற ஆயுதத்தை வைத்திருந்ததால், அவருக்குப் பரசுராமர் என்று பெயர். அடுத்து வருவது சட்டதிட்டங்களுக்கு உட்பட்ட இராமாவதாரம்.

பரசுராம அவதாரத்தில் தொடங்கிய தந்தை சொல் கீழ்ப்படிதல், அடுத்து வந்த ராமாவதாரத்திலும் முழு வீச்சுடன் விளங்குகிறது. அயோத்தியில் ரகு குலத்தில் பிறந்த ராமன், தந்தையின் சத்திய வாக்கைக் காப்பதற்காக கானகம் செல்கிறான். அங்கே அவனது தர்மபத்தினி சீதையை ராவணன் கவர்ந்து சென்றுவிடுகிறான். வானரர்களின் உதவியோடு போர் புரிகிறான். பத்துத் திசைகளின் அதிபதிகளையும்

தனது கட்டுப்பாட்டில் வைத்திருந்த ராவணன், அவர்களுக்குக் கிடைக்கவேண்டிய பலியைக் கிடைக்காமல் செய்துவிடுகிறான். பலிக்காக ஏங்கிக்கிடந்த அவர்களுக்கு, ராவணனின் பத்துத் தலைகளையும் வெட்டி, திசைக்கொன்றாகச் செலுத்துகிறான் இராமன். எவன் தம்மைக் கொடுமைப்படுத்தினானோ அவனது தலையே பலியாகக் கிடைத்த மகிழ்ச்சியில் அவை கூத்தாடுகின்றன.

அத்தகைய வீரச்செயல் புரிந்த ரகுபதி வடிவே, கேசவா, ஜகதீசனே போற்றி போற்றி என்கிறார் ஜயதேவர்.

அடுத்த அவதாரம் பலராமன். கிருஷ்ணனின் மூத்த சகோதரன். கலப்பையை ஆயுதமாகக் கொண்டவன். கொடுமை கண்டு கொதிப்பவன். அவன் கலப்பையைத் தூக்கிவிட்டால், அதை எதிர்த்து யாரும் நிற்கமுடியாது. அந்த வீரதீரக் கலப்பையைக் கண்டு பயந்து, கருநீல உத்தரியத்தில் மறைந்தாளோ யமுனை என்கிறார் ஜெயதேவர். யமுனையின் நிறமும் உத்தரீயத்தின் நிறமும் ஒன்றாக இருப்பதாலே, யமுனையே உத்தரீயமாக மாறியதுபோல் தோன்றுகிறது. கேசவா! கலப்பை தரித்தோனே போற்றி போற்றி!

வேதங்களைக் காத்தவன் திருமால். அவனே, வேதங்கள் விதித்த யாகப் பலிக்கு எதிராகக் கொடியும் பிடிக்கிறான். ஏன்? விதியை மீறி, ‘எல்லையற்ற உயிர்களைப் பலிகொடுப்பது அதிகப் புண்ணியம்’ என்று அரசர்களும் மற்றவர்களும் அளவில்லாமல் பலிகொடுத்து வந்தபோது, அதை இல்லாமலே செய்துவிடலாம் என்று எழுந்தான். புத்தனாக வடிவெடுத்தான். உயிர்களின் மேல் கருணை கொண்டு உயிர்ப்பலியைத் தடுத்தான். கேசவா! புத்த வடிவே ஜகதீசா போற்றி போற்றி!

இறைவன் காலம் கடந்தவன். இனி வரப்போவதும் அவனுக்குத் தெரியும். கலியுகத்திலே கொடுமைகள் எல்லை மீறி, அவன் வந்துதான் தீரவேண்டும் என்ற நிலை வருகிறபோது, வால்நட்சத்திரம் போல் மின்னுகிற வாளெடுத்து (அதன் தலைப்பகுதிதான் அதன் கைப்பிடி) கொடியவர்களின் உயிரை

எடுப்பான். வால் நட்சத்திரம் வருகிறது என்றாலே ஏதோ பெருந்தீங்கு விளையப்போகிறது என்று சொல்வார்கள். வால் நட்சத்திரம் போல, வாளைப் பார்த்தாலே தமக்கு இனி அழிவு தான் என்று தீயவர்கள் நடுங்குவார்கள். கேசவா! இனி வரப் போகும் கல்கி உருவே! ஜகதீசனே போற்றி, போற்றி!

எல்லா அவதாரங்களும் கிருஷ்ணனே என்று எண்ணியதால், பத்து அவதாரங்களிலும் இழையோடியிருக்கிற கிருஷ்ணனை, தனி அவதாரமாக ஜயதேவர் பாடவில்லை.

அவன் அருளாலே அவன் தந்த கவி ஜயதேவரின் வாக்காக வெளிப்படுகிறது. எனவே, அது அமுதாகத்தானே இருக்க வேண்டும்?! பத்து அவதாரங்களைப் பற்றிய பாடல்களையும், உளமார எண்ணி வாயாரப் பாடி செவியாரக் கேட்டால் என்ன நடக்கும் என்பதைச் சொல்கிறார். ஜெயம் கிடைக்கும். நல்லனவாகச் செய்கின்ற செயல்களெல்லாம் வெற்றிஅடையும். இனி, பிறவியில்லாப் பெருவாழ்வு கிட்டும். இந்தக் கூற்றை உண்மையாக்கும் கேசவா! அழகிய பத்துவிதமான வடிவங்கள் ஏற்றவனே போற்றி போற்றி! என்பவர், எல்லாம் கண்ணனே என்று கூறுகிறார்.

நாராயணீயத்தில் பட்டத்திரி குருவாயூரப்பனே எல்லா அவதாரங்களுமாக வந்தான் என்பதை அவனிடமே கேட்டு உறுதி செய்வதுபோல, இங்கே ஜெயதேவரும் அவனது பத்துவித அவதாரங்களைப் பட்டியலிட்டு உறுதிசெய்கிறார்.

'கண்ணா! நீதானே வேதத்தைக் காத்தாய். மலையைத் தூக்கித் தாங்கிக்கொண்டாய். கடலில் புகுந்து பூமியை மீட்டாய். ஹிரண்யனை வதைத்தாய். வாமன உருவங்காட்டி மகாபலியை ஏய்த்தாய். அரசர்கள் தலைமுறையை வேரறும் படிச் செய்தாய். ராமனாக ராவணனைக் கொன்றாய். கலப்பையைக் கைக்கொண்டாய், கருணையே வடிவான புத்தனானாய், கலியிடர் தீர்க்க, கல்கியாக வரப்போகிறாய். நின் பாதம் போற்றி போற்றி!'

5. கண்ணன் இருக்கக் கவலையில்லை

ஸர்க்கம் 1 அஷ்டபதி - 2

ஜயதேவர், இரண்டாவது அஷ்டபதி முழுவதும் கண்ணனது புகழை மெய்மறந்து பரவசமாகப் பாடுகிறார்.

கமலத்தில் உறையும் லக்ஷ்மியுடைய எழில் வட்டத் திருமார்பகம், திருமாலை முற்றிலும் கவர்ந்துவிடுகிறது. அதற்கு அடிமையாகிவிடுகிறான். மார்பகத்தை அவனது மார்பில் அழுந்தவைத்துப் படுக்கிறாள் லக்ஷ்மி. அவனுடைய மார்பினை, துளசி மாலை அணிசெய்கிறது. அது அவளுக்கும் அவனுக்கும் காமச்சூட்டுக்கு இதமாகக் குளிர்ச்சியைக் கொடுக்கிறது. அவனுடைய அழகிய செவிகளை, குண்டலங்கள் அணி செய்கின்றன. அவற்றிலிருந்து வரும் ஒளி, அவளது எடுப்பான அங்கங்களை இன்னும் எடுப்பாக்கிக் காட்டுகிறது. இப்படிப் புளகாங்கிதம் கொண்டிருக்கும் தேவனே! பிறர் துயர்களைக் களைபவனே! வெற்றி உண்டாகட்டும்!

கண்ணன் சூரியனில் உறைகிறான். அதற்கு ஒளிசேர்க்கிறான். சூரியனாக இருக்கிறான். பரம்பொருளாக, சூரியனுக்கு

அப்பால் திகழ்கிறான். ஈசாவாஸ்ய உபநிடதம் சொல்வதைப் போல, சூரியனின் கோளம் அவனை மறைத்துக்கொண்டிருக் கிறது. கண்ணுக்குப் புலப்படுகிற சூரியனை நெருங்கமுடி யாது. அதன் கோளத்துக்குப் பின்னிருப்பவன் நம்மை மிகமிக நெருங்கிவருகிறான். சூரியனிடமிருந்து நாம் பெறுகிற ஒளி அவன் அளித்தது. பிறவித்தளையை அறுத்தெறிகிறான்.

கயிலாயத்தருகே இருக்கும் மானசரோவரின் அன்னத்தைப் போல, முனிவர்களுடைய மனங்களில் நின்று மாசுகள் அகற்றி வீடுபேறு கொடுக்கிறான்.

மானசரோவர் தடாகம் கருநீல நிறத்தில் காட்சியளிக்கிறது. அதில் வெள்ளை அன்னம் மிதக்கிறது. மானசரோவரின் புனித தீர்த்தம் சகல பாபங்களையும் போக்குகிறது. அப்படிக் கருநீல மேனியானின் வெள்ளை உள்ளம், மாசகற்றும் அன்னத்தைப்போல நல்லனவற்றைத் தேர்ந்துகொடுக்கிறது.

அப்படிப்பட்ட தேவனே வெற்றி உண்டாகட்டும்!

காளிங்க நர்த்தனன் கண்ணன். கொடிய விஷம் கக்கும் காளிங்கன் என்ற பாம்பின் தலைகளில் ஏறி நடனமாடினான் கண்ணன். அது விஷத்தைக் கக்கியது. அந்தக் கொடிய விஷத்தை நாசம் செய்து அந்தப் பாம்பை அடக்கி மக்களைக் காத்தான். ஏன்? அவன் பக்த வத்ஸலன்! மக்கள் நேசன்! சூரியனைக் கண்டால் தாமரை எப்படி மலர்கிறதோ, அப்படி யதுகுலம் விளங்கவைத்தவன். அப்படிப்பட்ட கண்ணன் எனும் தேவனே வெற்றி உண்டாகட்டும்!

மஹாவிஷ்ணுவின் காது அழுக்கிலிருந்து பிறந்தவன் மது. தேவர்களுக்குக் கொடுமை செய்த அவனை அழித்தார் மஹா விஷ்ணு. முரன் என்ற அரக்கன் பல கொடுமைகள் செய்த போது, திருமால் உடலிலிருந்து அவரது சக்தியின் வெளிப் பாடாக ஒரு பெண் தோன்றி முரனை அழித்தாள். நரகாசுர னைக் கிருஷ்ணன் கொன்றார். மாலின் வாகனம் கருடன். விரைந்துசென்று பக்தர்களைக் காக்கவேண்டி அந்த வாகனத்

தைத் தேர்ந்தெடுத்தார். தேவர்களைக் கொடுமைப்படுத்திய அரக்கர்களை அழித்ததால், தேவர்கள் மகிழ்ந்தார்கள். அவர்களுக்கு மகிழ்ச்சியை அளித்த தேவனே வெற்றி உண்டாகட்டும்!

தாமரை இதழ் போன்ற அழகிய விழிகளைக் கொண்டவன் கண்ணன். அவனது கடைக்கண் பார்வை அடியவர்களுக்குக் குளுமையானது. அருட்பார்வையால் அன்பர்களின் தீவினையைத் தொலைத்து, பிறவித்தொடரை அறுக்கிறான். மூன்று உலகையும் படைத்துக் காக்கிறான். அவனது காவல் உள்ளவரை கவலையில்லை. அப்படிப்பட்ட கண்ணா, வெற்றி உண்டாகட்டும்!

ராமனாக அவதாரம் எடுத்தபோது சீதைக்கு அலங்காரமாக இருந்தாய். தண்டகாரண்யப் போரில் கொடிய அரக்கன் தூஷணனைக் கொன்றாய். எல்லாவற்றுக்கும் மேலாக கொடிய அரக்கன் பத்துத் தலை கொண்ட ராவணனைப் போரில் வீழ்த்தினாய். உன் பெருமை மிகமிகப் பெரிது. தேவனே வெற்றி உண்டாகட்டும்!

நீண்டகாலமாக மழை இல்லாமலிருந்து மழைக்காக மக்கள் ஏங்கியிருக்கும்போது, கருக்கொண்ட மேகம் வானில் புதிதாகத் தோன்றினால் மக்கள் கொள்ளும் மகிழ்ச்சிக்கு அளவுண்டா? அப்படிப் புது மழைமேகமாக வந்தவனே!

கடலில் கொஞ்சம் கொஞ்சமாகக் கீழிறங்கிக்கொண்டிருந்த மந்தர மலையை மிகப்பெரிய ஆமையின் உருவெடுத்துத் தாங்கினாய். அப்படிப் பெரிய உருவெடுத்த நீதான், பூரண நிலாவின் ஒளி உண்ணும் சிறிய சகோரப்பறவை போல மகாலக்ஷ்மியின் முக ஒளியாம் அமுதை விழுங்கிக்கொண்டிருக்கிறாய்!

தேவனே வெற்றி உண்டாகட்டும்!

எங்களுக்கு வேறு கதி இல்லை. உன்னுடைய மலர்ப்பதத்தைச் சிக்கெனப் பிடித்தோம். காக்கும் நீ கைவிட மாட்டாய்.

உன்னுடைய நல்லருளை எங்களுக்குப் பரிபூரணமாக வழங்கு. தேவனே வெற்றி உண்டாகட்டும்!

திருமகள் அவளது குன்று போன்ற கொங்கைகளால் மாலவனை இழுத்து அணைக்கிறாள். அவளது மார்பகங்களில் அவள் பூசியுள்ள செஞ்சாந்து, அவன் மார்பில் ஒட்டிக்கொள்கிறது. இறுக்கமான அணைப்பினால் அவளது மார்பகம் அவனது மார்பில் முத்திரையைப் பதிக்கிறது. காதல் சரசத்தினால் வெளியாகும் வியர்வையில், அவனது மார்பிலே இழையும் குங்குமப் பூஞ்சேறு குழைந்து வழிகிறது. அவன் மகிழ்ச்சியில் திளைக்கிறான். இதுதான் நல்ல தருணம். வியர்வையில் நனைந்த அம்மார்பு, அடியவர்களுக்கு வேண்டியன அருளட்டும்.

இதுவரை அவதார மகிமைகளையும் கண்ணனின் அருளையும் சொல்லிவந்தவர், இதற்கு மேல் கண்ணன் - ராதை ஜோடியின் காதல் தாபம், விரகம், ஐயம்,தேடல், ஊடல், கூடல் ஆகியவற்றைச் சொல்லத்தொடங்குகிறார்.

இதோ ஒரு காட்சி!

வாசமலர் சுமந்த கொடிகளிலிருந்து வரும் மணம், மனத்தை மயக்குகிறது. இயற்கையின் மயக்கத்தோடு காமனின் மலரம்புகள் தைத்து ராதையின் விரகத்தை அதிகமாக்குகின்றன.

அவளால் தாங்கமுடியவில்லை. கண்ணனைத் தேடி அலைகிறாள். அப்படி உழலும் ராதையைப் பார்த்துத் தோழி சொல்வதாக அமைகிறது மூன்றாவது அஷ்டபதி.

6. ராதையின் மனத்தில் மன்மதன் அம்புகள்!

ஸர்க்கம் 1   அஷ்டபதி 3

காதல் லீலைக்கு ஏற்றதாகச் சூழல் அமைந்திருக்கிறது. மலயக்குன்றத்திலிருந்து இளமையான லவங்கக்கொடியின் வாசனையைச் சுமந்து தென்றல் வருகிறது. குளிர்தென்றல் தானாகவே மயக்கத்தைக் கொடுக்கக்கூடியது. அது கிராம்பு மணத்தைச் சுமந்துகொண்டு வந்தால், அதுவும் இளந்தளிராயிருக்கும் லவங்கக்கொடியின் வாசத்தைச் சுமந்து வந்தால் கேட்கவா வேண்டும்! மனம் வாட, உடல்வேண்ட காதல் மயக்கம் கிறங்கவைக்கிறது. விரகத்தில் இருக்கும் போது எதெல்லாம் அதைத் தூண்டுமோ, அதெல்லாம் அந்தச் சூழலில் அமைந்திருக்கிறது. கத்துகிற குயிலோசை, மலரில் தேனுண்ணும் வண்டுகளின்

இனிய ரீங்காரம். அந்த வண்டுகளுக்குக் கிடைத்த பேறு கிடைக்கவில்லையே என்ற ஏக்கம். இப்படி ஏக்கத்தில் உழலும்போது, கண்ணன் அவர்கள் கண்முன்னே இளவயதுப் பெண்களுடன் வசந்த சரசம் ஆடுகிறான். அந்த வாய்ப்புக் கிடைக்காதவர்கள் அவனைப்பிரிந்து மனவருத்தம் அடைந்து வேதனைப்படுகிறார்கள்.

'இந்தக் காட்சியைப் பார் தோழி!' என ராதையிடம் அவளது தோழி கூறுகிறாள்.

தோழி சொல்கிறாள்.

'வகுள மலர்க்கொத்தில் வாய்வைத்து வண்டுகள் தேன் பருகு கின்றன. அதோ பார்! விரகதாபத்தில் தவிக்கிற கன்னியர்களின் நிலையும் அப்படித்தான்! அந்த இன்பம் கிடைக்காத மங்கை யர் மனம் வருந்துகிறார்கள். தமக்கு அவ்வாய்ப்புக் கிடைக்க வில்லையே என்று ஏங்கி ஓலமிடுகிறார்கள். ராதே, அந்த ஓலத்தைக் கேள்!

மிக அழகிய தமால மரத்தின் வாசனை, கஸ்தூரி மணமாக வெளியை நிறைக்கிறது. கிஞ்சுக மலர்மொட்டு பார்ப்பதற்கு நகம்போல் இருக்கிறது. காதல் வயப்பட்ட இளவயதுக்காரர்களின் மனத்தை அது கிழித்துப்போடுகிறது. இயற்கையுமா இப்படித் தொல்லை தரவேண்டும்?!

விரகத்தில் தவிக்கிற மாதர்களை, ஒருவழி செய்வது என்று மன்மதன் தீர்மானித்துவிட்டான் போலிருக்கிறது. அவனது படை களோடு அரசனாகப் புறப்பட்டுவிட்டான். கையிலே வைத்திருக் கும் செங்கோல் என, வகுள மலர்கள் ஒளிர்கின்றன. அருகே மலர்ந்திருக்கும் பாடல மலர்களின் விரிந்திருக்கும் வாய், அம்பறாத் தூணியாகக் காட்சியளிக்கிறது. அம்மலர்களில் தேனுண்ணும் வண்டுகள், அம்புகளாகத்தோற்றமளிக்கின்றன. மன்மதனுக்குப் படைகளாகவா இயற்கையும் மாறவேண்டும்?

சகி, இந்தக் காட்சியைப் பார்! கண்ணனோடு சரசமாடும் பெண்கள் விரகத்தில் தவிப்பதைக் கண்டு சிரிப்பதைப்போல

அல்லவா காட்டில் மலர்கள் நகைக்கின்றன. சரி, அது போகட்டும். அந்தத் தாழம்பூவைப் பாரேன்! வாள் போன்ற வடிவுடைய அம்மலர், வாளின் தோற்றம் பெற்றதோடு நிறுத்திக் கொண்டிருக்கக் கூடாதா? வாளின் வேலையையும் அல்லவா செய்யத் தொடங்கிவிட்டது. விரகத்திலே துடிக்கும் மாதர் களின் இதயத்தையும் அல்லவா பிளக்கின்றது.

எங்கும் வசந்த அரசியின் ஆளுகை. எல்லாவிதமான மலர் களும் எழில்கொஞ்சப் பூத்துக்குலுங்குகின்றன. அத்தனையும் கண்ணுக்கும் நாசிக்கும் விருந்து படைக்கின்றன. அவற்றின் மணம் வெளியை நிறைத்து, விரக மாதர்களின் விரகத்தீயை யும் கொழுந்துவிட்டு எரியச் செய்கிறது. இத்தகு சூழ்நிலை முனிவர்களையே மயக்கி மோகத்தில் தள்ளுமென்றால் இவர்கள் எம்மாத்திரம்! இந்தச் சூழல்தானே காதல் வயப் படும் இளைஞர்களைக் கட்டிப்போட்டு, கேளிக்கைகளில் மகிழவைக்கிறது!

ராதே! அதோ பார். அந்த மாமரம் பூத்துக்குலுங்குகிறதே! ஏன் தெரியுமா? அந்தக் காட்சியைப்பார். அதைத் தழுவிக்கொண்டு அந்த மலர்க்கொடி அதன்மேல் ஏறி சுற்றிப்படர்ந்து அதற்கு கிச்சுகிச்சு மூட்டுகிறது. அந்த இன்பத்தில் திளைக்கும் மாமரத் தின் மகிழ்ச்சி, மலர்களாக வெளிப்படுகிறது.

இந்த யமுனைக்கு வந்த வாழ்வைப் பார்! பிருந்தாவனத் தடத்தில் ஓடுகிறதாம். அது ஒன்றே போதாதா, அது பெருமிதம் கொள்ள! மிக அழகாக குதித்துக்கொண்டும் பாடிக்கொண்டும் ஓடுகிறது.

கண்ணனோடு சரசமாடும் அந்தப் பெண்களின் மகிழ்ச்சியும் அவனது மகிழ்ச்சியும்கூட இப்படித்தானே!

வாய்ப்புப் பெற்றவர்கள் மகிழ்கிறார்கள்
பெறாதவர்கள் வருந்துகிறார்கள்.

மன்மதன் அம்புகளால் தாக்குண்ட விரக மாந்தர்கள், தவிப் பதைத் தவிர வேறு என்ன செய்ய? என்றாலும், அவர்கள்

யோகியரைப்போலக் கண்களை மூடிக்கொண்டு தியானம் செய்கிறார்கள். துறவிகள் இறைவனை நோக்கித் தியானிப் பார்கள். ஆனால், விரக தாபம் கொண்ட பெண்களின் தியா னம் எப்படி இருக்கிறது தெரியுமா? தான் முன்பு துணைவ ரோடு கூடி வாழ்ந்தபோது நடந்த நிகழ்ச்சிகளை மனக் கண்ணின் முன்பு காட்சிப்படுத்திக்கொண்டு தியானித்துக் கொண்டிருக்கிறார்கள்.

அடுத்ததாக, காதல் பித்தம் ஏறிய பெண்கள் கண்ணனைக் கண்டுவிடுகிறார்கள். ஒவ்வொருவருக்கும் ஒவ்வொரு கண்ண னாகக் காட்சியளிக்கிறான் அவன். ஆனால், ராதைக்கு மட்டும் அந்தப் பேறு இல்லை. அவன் சோதிக்கிறானா? அல்லது ராதையின் பெருமிதம் அவனைச் சோதிக்கவிடுகிறதா என்று தெரியவில்லை. அந்த நிலையில் கண்ணனைத் துணையாகப் பெற்ற பெண்கள் அவனோடு எப்படியெல்லாம் களிக்கிறார் கள் என்பதை, விரகத்தில் வாடும் ராதைக்கு சுட்டிக்காட்டிச் சொல்கிறாள் தோழி.

7. கண்ணனின் மேல் குண்டுப் பெண்!

ஸர்க்கம் 1   அஷ்டபதி 4

கண்ணன் ஒருவனே! ஆனால் அவனைக் கோபியர் எப்படியெல்லாம் அனுபவிக்கிறார்கள் என்பதை, படம்பிடித்துக் காட்டுகிறது நான்காவது அஷ்டபதி. கண்ணனது லீலைகளை ராதையிடம் விவரிக்கிறாள் அவளது தோழி!

ஒரே சமயத்தில் பல கண்ணன்கள், ஒவ்வொரு பெண்ணுடனும் தனித்தனியாக ஆடுகிற காட்சி மிக அழகு! அவர்களும் அவனை விடுவதாக இல்லை. எப்படியெல்லாம் தந்திரமாக அவனை ஏய்க்கிறோம் என நினைத்துக்கொண்டு நாடக மாடுகிறார்கள்!

விரகத்தில் துடித்துக்கொண்டிருக்கும் ராதையைப் பார்த்து தோழி சொல்கிறாள்:

'கண்மணி! அதோ பார், உன் கண்ணன் என்ன செய்கிறான் என்று! இந்தக் காட்டினிலே எத்தனை சந்தோஷமாக பெண்களோடு விளையாடிக்கொண்டிருக்கிறான்.

பாரேன், எவ்வளவு அலங்காரம் செய்துகொண்டிருக்கிறான்! அவனது நீல நிற மேனியில் பொன்மயமான பீதாம்பரம். மார்பில் சந்தனம் பூசியிருக்கிறான். அவன் ஆடிக்கொண்டும் மங்கையரோடு விளையாடிக்கொண்டும் இருப்பதனால், மார்புச் சந்தனம் அழிந்திருக்கிறது.

அவன் மட்டுமா ஆடுகிறான்? அவனோடு அவனது காதுக் குண்டலங்களுமல்லவா ஆடுகின்றன! மணியான காதுக் குண்டலங்களிலிருந்து வரும் ஒளியில் அவனது கன்னங்கள் மேலும் பிரகாசிக்கின்றன!

ஏய், ராதா! அந்தக் குண்டுப்பெண்ணைப் பாரேன்! அவள் கண்ணனைக் கீழே தள்ளி, தன்னுடைய முலைகளின்பாரத்தால் எழுந்திருக்கவிடாமல் அழுத்தி அணைக்கிறாள்.

அந்த நிலையிலும்கூட அவன் வேய்ங்குழல் இசைக்கிறான். அந்த நாதத்திற்கு இசைவாக அவளும் பாட்டு பாடுகிறாள். ஒரே கும்மாளம்தான் போ!'

அங்கே பார், இன்னொரு காட்சி! கண்ணனின் விழிகளையே தின்றுவிடுவாள்போலக் கூர்ந்து நோக்கிக்கொண்டிருந்த அந்தப் பெண், திடீரெனக் கண்ணை மூடிக்கொண்டு தியானத்தில் அமர்ந்துவிடுகிறாள். அவள் என்ன செய்கிறாள் தெரியுமா? தான் உள்ளத்தில் பிடித்துவைத்திருக்கும் கண்ணன் முகம் மறைந்து போகாதிருக்க அதைத் தியானம் செய்கிறாள்.

இதோ பார்! மற்றொரு பெண் கண்ணனின் காதில் எதையோ சொல்ல விரும்புபவள்போல அவனருகில் செல்கிறாள். அவ னுடைய காதோரம் தன் வாயைக் கொண்டுசெல்கிறாள். அடிப் பாவி! அவள் என்ன செய்துவிட்டாள் பார்! அவன் கன்னத்தில் அழுந்த முத்தம் கொடுத்துவிட்டாள். கண்ணனை ஏய்த்து விட்டதாக அவள் நினைக்கிறாள். அவள் சிரிக்கவில்லை.

கன்னத்தில் அழுந்த முத்தம் கொடுத்துக்கொண்டிருக்கும்போது எப்படிச் சிரிப்பது? ஆனால் கண்ணன் அதை ரசித்துச் சிரிக்கிறான்! ஆனந்தமாகச் சிரிக்கிறான்!

கேளிக்கைகளில் ஈடுபட்ட களைப்பால், கண்ணன் மலர்களும் கொடிகளும் பரப்பிவைக்கப்பட்ட கொடியகத்தில் ஓய்வெடுத்துக் கொண்டிருக்கிறான். அவனை ஓய்வெடுக்கவிடாமல், அங்கொரு பெண் அவன் ஆடையைப் பிடித்து இழுக்கிறாள். அவளுக்குத் தான் அவனிடம் எத்தனை சுதந்தரம்! எத்தனை உரிமை! அவ னுடன் யமுனைக்குச் சென்று நீராடிக் களிக்க அவளுக்கு ஆசை. அடியவர்களின் விருப்பத்தைப் பூர்த்திசெய்வதில் ஆசை கொண்ட அந்தப் பரந்தாமன், தனது களைப்பையும் கருதாமல் அவளுக்கு உடன்படுகிறான்.

நடனமாடிக்கொண்டிருக்கும் ஒரு பெண்ணை, கண்ணனின் புல்லாங்குழல் நாதம் இழுக்கிறது. அடடா! தாளமின்றி பாட்டு நடக்கிறதே! அவனுடைய இசைக்கு, தாளம் போடவேண்டாமா? தனியாகவா அவன் பாடுவது?

எனவே அந்தப் பெண், கைகளில் அணிந்திருக்கும் வளையல்கள் குலுங்க கைகளைத் தட்டி, அவனுடைய இசைக்கு ஏற்ப தாளம் போடுகிறாள்.

கண்ணன் ஒருத்தியை அணைப்பான், ஒருத்தியைத் தடவி வேறொரு பெண்ணுக்கு வாய் முத்தம் கொடுப்பான்.

ஒருத்தியை ஆசையாகப் பார்ப்பான். மயக்கிடும் ஒருத்தியைக் கூடி நடப்பான்!

கண்ணனுடைய லீலைகளை என்னவென்று சொல்வது? அவனைச் சுற்றிச் சூழ்ந்துகொண்டிருக்கும் அனைத்துப்பெண் களையும் அவன் மகிழ்விக்கிறான். அவரவர் இச்சைக்கேற்ப அவனது அனுபவம் கிடைக்கிறது. என்ன அழகான நாடகம் இது!

கண்ணனுடைய ராஸ லீலைகளின் ரகசியத்தை அறிந்துகொண் டால், அதன் அற்புத பக்தியில் மனம் ஆழ்ந்துவிடும். பிருந்தாவன

லீலைகளின் ரகசியத்தைத் தேர்ந்து ஜெயதேவர் இசைத்திருக்கும் இந்தக் கீதத்தை, அதன் புனிதம் கெடாமல் உணர்ந்து ரசித்து அனுபவித்துப் பாடுபவர்களுக்கு, கண்ணபிரானின் அருளால் எல்லா நலங்களும் புகழும் வெற்றியும் தாமே வந்தடையும்.

'ராதே, இந்தக் காட்சியைப் பார்! தன்னைச் சூழ்ந்திருக்கும் பெண்களுக்கு அவர்கள் வேண்டிய வகையிலே இன்பத்தைத் தருகிறான் கண்ணன். அவனோடு கொஞ்சிக் குலவிக்கொண்டிருக்கும் கோபியர், மகிழ்ச்சி மிகுதியால் அவனைப் பிரிய மனமின்றி அவனது அங்கத்தின் ஒவ்வோர் பகுதியையும் தடவி ஆனந்தம் கொள்கிறார்கள். அவர்களுக்கேற்ப, அவர்களது கேளிக்கைகளில் கண்ணன் தன்னை முழுமையாக ஈடுபடுத்திக்கொள்கிறான்.

தென்மலையில் உள்ள சந்தன மரங்களைத் தழுவியும் குளிர்ச்சி பெறாமல், அம்மரங்களின் பொந்துகளில் வாழும் நாகங்களின் விஷமூச்சு பட்டதால் நலிவுற்ற காற்று, வடக்கிலுள்ள இமயத்தை நோக்கி வீசி, குளுமை பெறும். அதைப்போல எல்லாவிதமான இயற்கைச் சூழல் இருந்தும் விரகதாபத்தால் உழலும் பெண்கள் கண்ணனை நோக்கிச் செல்கிறார்கள். அவர்களுடைய தாபம் தணிக்கப்படுகிறது. இதைக்கண்ட குயில்கள் தமது துணையை எண்ணுகின்றன. அசோக மலர்களின் வாசத்தை நுகர்ந்த அக் குயில்கள், காமம் தலைக்கேற மயங்கி, தங்களது துணையை அழைத்து இனிமையாகப் பாடுகின்றன. அச்சூழலே சிருங்காரச் சூழலாக மாறிவிடுகிறது.

இவற்றையெல்லாம் பார்த்த ராதை, கண்ணனை அணைத்துக் கொள்வதாகக் கற்பனை செய்கிறாள். அவன் அருகில் இருப்பதாக நினைத்து, அவனது குழலிசையைப் புகழ்வதாகச் சொல்லி அவனுக்கு முத்தமிடுகிறாள். அவன் எதிரில் நிற்பதாகவே எண்ணி, 'கண்ணா! உன்வடிவம் மட்டுமல்ல, உன்னுடைய இதழும் மலைத் தேனெனச் சுவைக்கிறது!' என்கிறாள். ராதையின் இச்செயலைப் பார்த்த கோபிப் பெண்கள் பரவசம் அடைகிறார்கள். இத்தகைய பரவசத்தை அளிக்கும் பரந்தாமன் கண்ணன் - நமக்கு எல்லா நலங்களும் அருளட்டும்!

8. முத்தத்தில் சிவக்கும் உதடுகள்

ஸர்க்கம் -2,   அஷ்டபதி - 5

இரண்டாவது ஸர்க்கம் ராதையின் ஏக்கங்களைப் பாடுகிறது!

இந்த ஐந்தாவது மற்றும் ஆறாவது அஷ்டபதிகளில், ராதையின் கலக்கமும் தவிப்பும், அழகழகான வார்த்தைகளில் வெளிப்படுகின்றது.

ராதையின் மனோநிலை இரண்டு வகையாக இயங்குகிறது. தன்னை மட்டும் தான் கண்ணன் கவனிக்கவேண்டும் என்ற உரிமை நிலை. தானே சென்று அவனிடம் இணைவதைத் தடுக்கும் தன்முனைப்பு. இவ்விரண்டு நிலைகளுக்கும் இடையில் அல்லல்படும் ராதை, மற்றக் கோபியர்களுடன் கண்ணன் லீலை செய்வதைக் கண்டு

வெதும்புகிறாள்! பொறாமை கொள்கிறாள்! தன்னை, கண்ணன் அலட்சியப்படுத்துகிறானோ என எண்ணி வருந்து கிறாள். புண்பட்ட நெஞ்சத்தோடு தனது ஆருயிர்த் தோழி யிடம், தான் காணும் கேளிக்கைக் காட்சிகளை மெதுவாகச் சொல்கிறாள். ஏன் மெதுவாகச் சொல்லவேண்டும்? சத்தம் போட்டுச் சொன்னால் இவளது பொறாமை உணர்வை வெளிப்படையாகக் கண்டு, மேலும் அதைத் தூண்டுவதற் காகக் கோபியர்கள் கண்ணனை இன்னும் நெருக்கமாகக் கொஞ்சத் தொடங்குவார்கள். சொன்னாலும் பொல்லாப்பு! சொல்லாமலும் இருக்க முடியவில்லை!

'என்னருமைத் தோழி! இதோ பார்! கண்ணனின் நிலையைப் பார்! அவன் மட்டும்தானா மயக்குகிறான்? அவனைச் சார்ந்த எல்லாம் மயக்குகின்றன, மயங்குகின்றன! அதோ! துடிக்கின்ற இதழில் பதிந்திருக்கும் புல்லாங்குழலிலிருந்து வெளிப்படும் அமுத இசையுமல்லவா மயக்குகிறது! அங்கே பார்! அவன் மட்டும் மயங்காமல், யார்யார் என்னென்ன செய்துகொண்டி ருக்கிறார்கள் என விழிகளைச் சுழற்றிப் பார்க்கிறான். மயங்கி யவர்களின் நிலையைக் கண்டு நகைக்கிறான். அப்பொழுது அவனது முடியில் செருகியிருக்கும் அழகிய மயிற்பீலியும் ஆனந்தம்கொண்டு ஆடுகிறது. 'நாம் மட்டும் ஏன் சும்மா இருக்க வேண்டும்?' என்று அவனது செவியில் அணிந்திருக் கும் குண்டலங்கள் ஆடி, இரண்டு கன்னங்களையும் நீவிக் கொடுக்க அவைகளும் துடிக்கின்றன.

இந்த நிலையைப் பார்த்து அவன்பின் சென்று களிக்க, எனக்கும் மனம் விரும்புகிறது. ஆனால்... ஆனால் அவன் கோபியர்களோடு இராச லீலை ஆடிக்கொண்டிருக்கிறான்!

தோழி! அங்கே அவன் ஆடுகிற அழகைப் பார்! மயிலிற கொன்று அவன் சுருள்முடியில் சுற்றிவைக்கப்பட்டிருக்கிறது. அந்த மயிலிறகு பலவண்ணம் காட்டி மின்னுகிறது. அந்த ஒளி அவனது நீலமேனியில் பட்டு மின்னுகிறபோது, வானத்திலே வானவில் தோன்றியதைப்போலிருக்கிறது.

கண்ணனை நெருங்குவதற்கு முதற்படியாக, அவனது அழகை ரசிக்கத் தொடங்குகிறாள் ராதை! அதில் மயங்கிப்போகிறாள்.

செம்பரம் பூவைப் போலிருக்கும் அவனது செவ்விதழில் ஏறியுள்ள ஒளியைப் பார். அவனது புன்னகையிலிருந்து வந்தது அந்த ஒளி. அவ்வளவு ஒளிமயமான புன்னகையை அவன் ஏன் உதட்டில் ஒளிரவிடுகிறான்? மகிழ்ச்சிதான் காரணம்! அந்த உதடுகளுக்கு விருந்து கிடைத்திருக்கிறதல்லவா? மெல்லிய இடையை உடைய கோபியர் தந்த முத்தத்தினால், அவனது உதடுகள் சிவந்துபோயிருக்கின்றன. அதன் சுவையில் வெறியேறின. அந்த வெறியினால் புன்னகையை நெளியவிடுகின்றன. அந்தப் புன்னகை, வெறியேறிய உதட்டுக்கு ஒளியேற்றிவைக்கிறது.

தோழி! இந்த இரவுப்பொழுதில் கண்ணன் சரசமாடும் இடம் மட்டும் ஒளிமயமாக இருப்பதைப் பார்த்தாயா? அதோ பார்! அவனைக் கோபியர்கள் அணைத்துக்கொண்டிருக்கிறார்கள். அவர்களுடைய பாதங்களிலும் இடையிலும் கரங்களிலும், விண்மீன்களைப்போல ஒளிவிடும் ஆபரணங்களை அணிந்துகொண்டிருக்கிறார்கள். அந்த ஆபரணங்களிலிருந்து வெளிப்படும் ஒளி, சூழ்ந்திருக்கும் இருளை ஓட்டி அப்பகுதியையே பிரகாசமாக்கிவிடுகிறது.

வானத்திலே கருமேகம் சூழ்ந்திருக்கிறபோது அதில் நடுமேகம் சற்றே விலக, அப்போது பளீரென்று தெரிகிற ஒளிமிகு சந்திரனைப் போல, மேக வண்ணனாகிய கண்ணனின் நெற்றியில் புரள்கிற சுருண்ட முடிகளின் இடையே சந்தனப் பொட்டு மின்னுகிறது. அதைப் பார்த்து மனம் மகிழ்கிற கோபியர், ஆடை அவிழ்ந்த நிலையில் அவன் அருகே வருகின்றனர். அவன் என்ன செய்கிறான் தெரியுமா? அவர்களது முலைகளை மாற்றி மாற்றிப் பிடிக்கிறான். அவர்களுக்கு வலிக்குமே என்ற கருணைகூட இல்லாமல் அணைக்கிறான். ஆமாம்! அவர்களுக்கேன் வலிக்கப்போகிறது!

கண்ணனுடைய ராசலீலையைக் காண்பதற்காக, அந்தக் கானகத்தே முனிவர்களும் அமரர்களும் அசுரர்களும் மனிதர்

களும் தங்களது பகைமையை மறந்து கூடியிருக்கிறார்கள். கண்ணனுடைய காதுகளில் தொங்கி மின்னுகிற மகரக்குண்டலங்களின் ஒளியில், அவனது கன்னக் கதுப்புகள் பிரகாசிக்கின்றன.

பார் தோழி! என்னைக் கைவிட்டு மற்றக் கோபியருடன் கொஞ்சிக்கொண்டிருக்கும் அவன் செயலைக் கண்டு, கோபத்தினால் என்மனம் இறுகிப் போய்விட்டது. அப்படி இறுகிப் போன என்னையே, கதம்ப மரத்தடியில் நின்றுகொண்டிருக்கும் கண்ணனின் முகவொளி இளக்கி உணர்ச்சியில் ஆடவிடுகிறதென்றால் மற்றவர்கள் எம்மாத்திரம்!

அவன் எப்போதும் மற்ற பெண்களோடே கிடக்கிறான். எனக்கு எவ்வளவு துன்பம் கொடுக்கிறான்? அவனையே நினைத்து ஏங்கியிருக்கும் என்னை நீங்கியிருக்கிறான். இப்படியெல்லாம் இருந்தும் அவனிடம் இருக்கும் வேறு நல்ல குணங்களைக் கருத்தில் கொள்வதால், எனக்கு துன்பம் தரும் அவனிடம் ஏனோ கோபம் கொள்ள முடிவதில்லை!'

9. பிடித்தான்... அணைத்தான்... மகிழ்ந்தான்

ஸர்க்கம் 2	அஷ்டபதி 6

இறுகிப்போயிருந்த ராதையின் மனம் இளகிவிடுகிறது. இனியும் தாமதிக்க முடியாது. அவன் என்ன வேண்டுமானாலும் செய்யட்டும். கவலையில்லை. அவனோடு இணைந்தே ஆக வேண்டும். ஆனாலும் தானே வலியச் செல்ல, அவளுடைய பெண்மை இயல்பு தடுக்கிறது. ஆனாலும் சென்றே ஆக வேண்டும்.

ஓடிப்போய் கண்ணனை இழுத்துவரும்படி தனது தோழியிடம் சொல்கிறாள்.

'தோழியே! அவனை உடனே இழுத்து வாடி! முன்பு அவன் என்னோடு எப்படி யெல்லாம் இருந்தான் தெரியுமா?

இளமரக்காவில் தனியிடத்தே, கண்ணன் ஒளிந்துகொண்டிருக் கிறான். அவனைத் தேடித்தேடி என்விழிகள் சோர்வடைந்து விட்டன. எங்கெல்லாம் ஓடிப்பார்க்க முடியுமோ அங்கெல் லாம் என் விழிகள் அலசிப்பார்த்துவிட்டன. அவனுடைய அழகிய சிரிப்பை எண்ணி மயங்கி நிற்கிறேன். இனியும் என்னால் தாக்குப்பிடிக்க முடியாது.

என் அருமைத் தோழி! என் உடலும் உள்ளமும் மன்மத லீலைக்கு ஏங்கி மருகுகின்றன. உடனே ஓடிப்போய் அவனை அழைத்துவா!'

ராதை இவ்வாறு சொல்லிக்கொண்டிருக்கும்போதே, முன்னர் அவனோடு கூடிய கலவி நினைவுக்கு வந்துவிடுகிறது. அந்தக் கலவியில் என்னவெல்லாம் நிகழ்ந்தது என்பதைத் தோழிக்கு எடுத்துரைக்கிறாள்.

இறைவனோடு நெருங்கியிருந்த ஜீவாத்மா, பிறவிப்பயனால் பிரிய நேர்ந்தபோது, பழைய வாசனையால் அந்த நெருக் கத்தை எண்ணிப்பார்த்து மீண்டும் பரமாத்மாவுடன் இணைய நினைக்கிறது. முந்தைய நினைவுகள் இன்பம் தருகின்றன.

முதன்முதல் அவனோடு கூடுவதற்காக நெருங்கியபோது, என்ன நடந்தது தெரியுமா? ஒருவித பயத்தால் என் உடல் நடுங் கியது. அவன் மிகவும் ஆதரவாக என்னைப் பார்த்தான். புன்னகைத்தான். எனது அரவணைப்பை யாசிப்பவன்போல நெளிந்தான். என்னை ஈர்த்தான். நான் உடன்படுபவள்போல மெல்லப் புன்னகைத்தேன். அது போதாதா? என்னருகே வந்து என்னுடைய பட்டாடையை மெதுவாகக் களைந்தான்.

எனக்காக அவன், மெல்லிய தளிர்க்கொடிகளாலான படுக்கை அமைத்திருந்தான். அவன் என் ஆடையைக் களைந்ததும், நாணத்தால் கொடிமஞ்சத்தில் படுத்தேன். அந்தப் பொல்லாத வன் என்ன செய்தான் தெரியுமா? விம்மிக் குத்திட்டு நின்ற என் முலைகளைத் தலையணையாக்கிப் படுத்தான். என்னு டைய நாணம் கொஞ்சம் கொஞ்சமாக விலகி, காமம் தலைக்

கேறியது. நானும் அவனைக் கட்டிப்பிடித்தேன். இழுத்தேன். அவனது தேனிதழ்களில் வாய்வைத்து அழுந்த முத்தம் கொடுத்தேன். அதற்குமேல் நடந்ததை என்ன சொல்ல? அவன் பிடித்தான். முடித்தான்!

கலவி முடிந்ததும் ஒரே களைப்பாயிருந்தது. இன்ப மயக்கத்திலும் உடல் களைப்பிலும் என்விழிகள் மூடியது. உடம்பெல்லாம் வேர்வை வெள்ளமாக ஓடியது. களைப்பாக இருக்கிறாளே என்று எண்ணாமல், அவன் உட்குறிப்போடு மீண்டும் பார்த்தான்! உடல் சிலிர்த்தான்! மனம் மகிழ்ந்தான்!

மயக்கத்திலே மெல்ல முனகினேன். கூவிடும் குயிலைப் போலக் கிடந்தேன். அவன் மெல்ல அருகில் வந்து, கலைந்து கிடந்த கூந்தலைப் பற்றியிழுத்தான். படுக்கையில் மலர்கள் சிதைந்து கிடந்தன. மார்பக உடை விலகியிருந்தது. என்னுடல் கூடலுக்குத் தயாரானதை அறிந்து மகிழ்ச்சியில் திளைத்தான். குதித்தான். மிகுந்த ஆசையோடு முத்தம் கொடுத்தான். என்னுடைய முலைகளை அழுத்திப்பிடித்தான். அவன் கைநகங்கள் பதிந்தன.

கூடலின்போது நிகழ்ந்த ஆடலில், என் காலில் அணிந்த சிலம்புகளும் ஆடிப்பாடின. என் மார்பக ஆடையின் குஞ்சங்களில் கட்டப்பட்டிருந்த மணிகள் தெறித்து ஓடின. என்னருமைத் தோழி! கலவியின் சுகத்தை நான் எப்படியடி சொல்வேன்! மீண்டும் மீண்டும் முத்தம் கொடுத்தான்! அவனருகே இழுத்தான்! அணைத்தான்! மீண்டும்... மீண்டும்...

கூடிக் களைத்தபின் வாடிக்கிடந்தேன். கால்களும் கைகளும் விரிந்து கிடந்தன. அவனும், அரைவிழி மூடிப்படுத்திருந்தான். அந்த அரைவிழிப்பார்வையிலே விரிந்துகிடந்த எனது எடுப்புகளையும் அழகையும் மதுசூதனன் பார்த்தான். உணர்ச்சிவசப்பட்டான், நிமிர்ந்தான்.

ஜீவாத்மா, பரமாத்வாவுடன் ஐக்கியமாகும்போது கிடைக்கிற பேரானந்தத்தை எதிர்பாராத ஜீவாத்மா திக்குமுக்காடுகிறது.

அதனை மெதுவாக ஆசுவாசப்படுத்தி, பேரின்ப அனுபவத்தை மீண்டும் கொடுத்துத் தயார்ப்படுத்தி இணைத்துக் கொள்கிறது பரமாத்மா!

கண்ணனோடு கூடவிரும்பிய ராதையின் முதல் கலவிச் சிந்தனைகளை ஸ்ரீஜெயதேவர் பண்ணிலே இசைத்துள்ளார். இதைப் பாடினால், இன்பம் வழிகேட்டுக்கொண்டு வந்தடையும்.

‘தோழியே! அந்தப் பொல்லாதவன், சுற்றிலும் கோபியர் கொஞ்ச பிருந்தாவனத்தில் லீலை புரிந்துகொண்டிருந்தான். அதைப் பார்த்த எனக்கு, காதல்வெறி தலைக்கேறிவிட்டது. அவனுடன் இணைய நினைத்தேன். அவனைச் சுற்றி, புருவங்களை அழகாகத் திருத்திவைத்திருந்த கோபியர் கூட்டத்தின் முன் நான் போய்நின்றேன். என்னைப் பார்த்து அதிர்ச்சியுற்றான் கண்ணன். நாணமுற்றான். குற்ற உணர்வினால், தன் பார்வையால் கோபியரை நீங்கிப்போகும்படி சொன்னான். பிறகு, என்னைப் பார்த்துக் கெஞ்சினான். என்ன செய்வது, என்ன சொல்வது என்ற குழப்பத்தில் அவன் வாயிலிருந்த புல்லாங்குழல் கீழே விழுந்தது. அவனது நெற்றியிலும் இருகன்னங்களிலும் வேர்வை முத்துமுத்தாகத் துளிர்த்துப் பெருகி ஓடத்தொடங்கியது. அவனது அக்கோலத்தைக் கண்டு நான் மகிழ்ந்தேன்.

தோழி! மிக அழகாகவும் இதமாகவும் இருக்கும் இயற்கைக் காட்சிகளை என்னால் ரசிக்கக்கூட முடியவில்லை. இளந்தளிர்கள் கொண்ட அசோகத்தின் புத்தம்புதிய பூக்கள்கூட என் கண்ணை வருத்துகின்றன. இவ்வனத்தை அடுத்த தடாகத்தினின்றும் வாசம் சுமந்துவரும் தென்றல் காற்று எனக்கு நேசமுடையதாக இல்லை. கோவர்த்தனகிரியின் உச்சியில் பூத்திருக்கும் பாடல மலர்களின் கொத்துகளில் வண்டுகள் வாய்வைத்து மதுவுண்ணுகின்றன. அவ்வாய்ப்பு கண்ணன்மூலம் எனக்குக் கிடைக்கவில்லையே என்ற ஏக்கத்தில் மதுவுண்ணும் வண்டுகள் எனக்கு மகிழ்ச்சியளிக்கவில்லை.

அங்கே பார்! தங்களது முலைகளின் எடுப்புகளைக் கண்ண னுக்குக் காட்டவேண்டும் என்று கோபியருக்கு ஆசை. ஆனால், வெட்கம் பிடுங்கித் தின்கிறது. என்ன செய்வது?

எனவே, கலைந்துகிடக்கும் தம் கூந்தலைச் சரிசெய்யும் முயற்சியாகக் கைகளை அளவுக்கு அதிகமாக மேலே தூக்கு கிறார்கள். அதனால் மார்பில் அணிந்துள்ள கச்சை திமிறி, அவர்கள் முலைகள் கண்ணனின் பார்வையில் படுகின்றன. அவன், முலைகள் விம்மித் தணிவதைப் பார்க்கிறான். அத னால் மனம் உளைகிறது. மனம் உழல்பவன்தானே மற்றவரின் உளைச்சலைப் புரிந்துகொள்ள முடியும். அக்கண்ணன் நம் மன உளைச்சலைப் போக்கட்டும்!

இத்துடன், ஸ்ரீஜெயதேவரின் கீதகோவிந்தத்தின் இரண்டாவது ஸர்க்கமான 'அக்லேஸ்கேசவோ' நிறைவுறுகிறது.

10, ராதை! ஒரு மன்மதக் கணை!

ஸர்க்கம் - 3 *அஷ்டபதி - 7*

கம்சனின் பகைவனான கண்ணன், இது வரை ராதைக்கும் பகைவனாக அல்லவா இருந்திருக்கிறான்? இந்தத் தனது நிலையை என்ணிப்பார்க்கிற கண்ணன் தன்னுடைய செயலுக்காக வருந்தினான். தன்னையே எண்ணிக்கொண்டிருக்கும் ராதையின் நல்ல உள்ளத்தை எண்ணிப் பார்த்தான். தான் அதுவரை ராதையை நிராகரித்தது எவ்வளவு தவறு என்பதை உணர்ந்தான். எனவே, மீண்டும் ராதை யுடன் இணைய எண்ணி அவளையே சிந்திக்கத் தொடங்கினான். அதுவரை தன்னுடன் லீலை புரிந்துகொண்டிருந்த கோபியரைப் பிரிந்து போனான்.

மன்மத பாணம் விளைத்த துன்பத்தால், ராதையைத் தேடி அக்காட்டினுள் முன்

னும்பின்னும் நடந்தான் கண்ணன். ராதைக்கு எவ்வளவு அநியாயம் செய்துவிட்டோம் என்று தன்னையே நொந்து கொண்டான். காளிந்தி நதி ஓரம் அவளை எண்ணி, புலம்பிக் கிடந்தான். கண்ணன் எவ்வாறு புலம்பினான் என்பது அடுத்து வரும் பாடல்களில் வெளிப்படுகிறது.

'பாவம் ராதை! என்னைச் சுற்றிக் கோபியர் சூழ்ந்திருப்பதைக் கண்டு அவள் எவ்வளவு வேதனைப்பட்டாளோ? அவள் என்னைப்பற்றி என்ன நினைத்திருப்பாள்! அவள் போய்விட்டாள். நானாவது அவளைக் கண்டு பேசியிருக்கவேண்டும். அப்படிச் செய்ய வாயில்லாமல் போய்விட்டேனே! அவள் எங்கள் லீலைகளைப் பார்த்துப் போவதைக் கண்டு நான் தடை சொல்லியிருக்க வேண்டும். ஆனால், அவள் என்ன கூறுவாளோ என்ற பயத்தில் ஒன்றும் கூறாமல் இருந்துவிட்டேன். ஐயோ! இப்போது என்னுடைய அடாத பிழையால் வருந்தி நீங்கிவிட்டாள்.

ராதை என்ன செய்கிறாளோ? என்னை நினைத்து, என் னென்ன சொல்லிப் புலம்புகிறாளோ? பாவம்! மற்றவர்களெல்லாம் என்னைக் கூடிக்களித்திருந்ததைக் கண்டு அவள் மனம் விரகதாபத்தால் எவ்வளவு வருந்தியிருக்கும்! அவளை இந்த நிலையில் தவிக்க விட்டுவிட்டு எனக்கெதற்குப் பொருளும் ஆட்படையும்? இன்னும் ஏன், இந்த உயிரை வைத்துக் கொண்டிருக்க வேண்டும்? இவ்வளவு அழகாக நான் கட்டி வைத்திருக்கும் இந்தக் கொடியகம்தான் எனக்கெதற்கு? ராதை என்னோடு இல்லாத இந்த வீடும் ஒருவீடா?

நான் என் ராதையை நீங்கியிருந்தேனே தவிர, அவளை மறந் தேனா! இல்லவே இல்லை. அவள் என் மனத்தில் எப்பொழுதும் இடம்பெற்றிருக்கிறாள். எனக்குமட்டும் வாய்ப்புக் கிடைக்குமென்றால் அவளை இன்பத்தின் உச்சிக்கே தூக்கிச் சென்றுவிடுவேன். நான் இப்படியெல்லாம் நினைத்தாலும் அவளைத் தேடிக்கண்டுபிடிக்கும் முயற்சியில் இன்னும் ஈடுபடாமல் இருக்கிறேனே, இது சரியா?

என் அன்பே! பிரிய ராதே! உன்னுடைய உள்ளம் பொறாமை யாலே புண்பட்டதோ? நீ எங்கிருக்கிறாய் என்பதை நானறியேன். நான் உன்னிடம் மன்னிப்புக் கேட்டாகவேண்டும். உன்னைத் தேடிக் கண்டுபிடிப்பேன். உன்முன்னே மண்டியிட்டு மன்னிப்புக் கேட்பேன்!

இதோ உன்னை நான் பார்க்கிறேன். ஆனால், மறுகணம் உன்னைக் காணவில்லை.

இது என்ன கண்ணாமூச்சி ஆட்டமா! இல்லையெனில் உரு வெளித் தோற்றமா? என் தங்கமே! நாம் முன்பு மகிழ்ந்திருந்த நிகழ்வெல்லாம் மறந்துபோனதா? முன்போல் என்னை அணைக்க வா! விளையாடவேண்டிய நேரத்தில் வேடிக்கை காட்டாதே!

என் இனிய ராதே! என்னை மன்னிக்கமாட்டாயா? என்னை நீ மன்னிக்க வேண்டும். உனக்கு ஒரு உறுதிமொழி கொடுக்கிறேன். இதுவரை உன்னைப் புண்படுத்தியதைப்போல இனிமேலும் புண்படுத்தமாட்டேன். ராதே! என்னால் மன்மத வேதனையைத் தாங்க முடியவில்லை. உன் முகத்தையாவது காட்டு. பார்த்து ஆறுதல் அடைகிறேன்.

மன்மதன், தன்னைச் சிவனாகக் கருதிவிட்டானோ என்ற சந்தேகம் கண்ணனுக்கு வந்துவிடுகிறது. சிவன் மன்மதனை எரித்தான். எனவே, மன்மதன் சிவன்மேல் கோபம் கொள்வதில் பொருள் இருக்கிறது. தன்மேல் கோபம் கொண்டு தன்னை ஒரு எதிரியாகக் கருதி மன்மதன் ஏன் துன்பப் படுத்த வேண்டும்? என் மார்பில் விரகதாபத்தைத் தணிப் பதற்காகப் போடப்பட்டிருக்கும் குளிர்ந்த தாமரைத் தண்டு களை, சிவன் அணியும் சர்ப்பங்களாக எண்ணிவிட் டானோ? எனது கழுத்தைச் சுற்றியிருக்கும் கருங்குவளை மலர்களை, சிவனின் கழுத்தில் உள்ள ஆலகாலவிஷமாகக் கருதிவிட்டானோ? குளிர்ச்சிக்காக நான் பூசியிருக்கும் சந்தனம் காய்ந்து வெள்ளையாகத் தெரிகிறதே! அதைச் சிவன் அணியும் திருநீற்றுப் பூச்சாகக் கருதிவிட்டானோ? அதனால்

தான் தனது பகைவன் சிவன் என்று என்னைக்கருதி துன்பப் படுத்துகிறானோ எனக் கவலைப்படுகிற கண்ணன் மன் மதனை நோக்கி, மன்மதா! நான் சிவனில்லை. என் மார்பில் தாமரைத் தண்டுகள்தாம், சர்ப்பங்களில்லை. என் கழுத்தில் கருங்குவளை மலர்கள்தான், விஷமில்லை. என் உடம்பில் சந்தனப் பூச்சுதான், திருநீற்றுப் பூச்சில்லை.

சிவனென எண்ணி, ஏன் என்னைக் கொடுமைப்படுத்து கிறாய்? இதுவரை சிவன்தான் உனக்கு எதிரி. என்னையும் எதிரியாக்கிக்கொள்ளாதே, ஜாக்கிரதை!' என்கிறான்

'அடே மன்மதனே! விளையாட்டாக இந்த உலகையெல்லாம் வெல்லுகிறோம் என்ற ஆணவமா? நீயெல்லாம் ஓர் ஆண் மகனா? செத்தபாம்பை அடிப்பதுதான் வீரமா? மான் போல் பார்க்கும் ராதையின் கடைக்கண் வீச்சால், உயிர்வதங்கிய நிலையில் இருக்கிறேன். என்மேல் இனியும் உன் மலரம்பு களை எய்யாதே! மன்மதனின் படைக்கலமே ராதைதானோ?

மன்மதனைப் போலவே இந்த ராதையும் என்னை வதைக் கிறாளே! அவள்தான் உண்மையில் மன்மத அம்புகளை வைக்கும் அம்பறாத்தூணியோ? அதில்தான் அவன், தாக்கும் கணைகளைத் தொடுத்துவைத்திருக்கிறானோ? என் சார்பில் நீயே தாக்கென்று, அவன் சார்பில் அவனுக்குப் பிரதிநிதியாக நியமித்து வைத்திருக்கிறானோ? ராதையின் அழகிய புருவமே வில்லாக, அவளது கடைக்கண்பார்வை அம்பாக, மிக நீண்டு காதைத் தொட்டுக்கொண்டிருக்கும் கண்களின் மறுநுனியில் இருக்கும் செவியே நாணாக, மன்மதன் போர் தொடுக் கிறானோ? அவற்றைக்கொண்டு இவ்வுலகை வென்றுவிட்டு அவற்றை மீண்டும் அவளிடமே திருப்பிக் கொடுத்துவிட் டானோ! அதனால்தான் அவள் பார்வை மன்மதனின் பாண மாக என்னை வதைக்கிறதோ?'

கண்ணனின் புலம்பல் எப்படியெல்லாம் வெளிப்படுகிறது! இந்தப் பாடலை மனித மனத்தோடும் இயற்கை நிகழ்வோடும் இணைத்துப் பார்க்கவேண்டும்.

கண்ணன் சொல்கிறான்: 'அழகுமிகுந்த என் கண்மணி ராதே! உன்னுடைய புருவமாகிய வில்லிலிருந்து விழிநோக்கு என்னும் அம்பைக்கொண்டு எய்யப்படும் பாணம், எனது மர்மஸ்தானங்களைத் தாக்கட்டும். உன் எழில்மிகுந்த கருங்கூந்தல், வாளாக என்னைக் கிழிக்கட்டும். உன் செவ் விதழ்கள் நஞ்சை உமிழட்டும். ஆனால் பெண்ணே உனது நிமிர்ந்து நிற்கும் சிவந்த முலைகள், செம்மை மனத்துக்கும் நேரான போக்குக்கும் அடையாளம். அவை என் உயிர்போகு மாறு துன்பம் செய்யலாமா? இது உலக நியதிக்கு ஏற்றதாக இல்லையே!'

இதற்குமுன் ராதையோடு இணைந்திருந்த காமக்களியாட்டத்தை எண்ணிப்பார்க்கிறான் கண்ணன்.

'ராதே! முன்பு நீ என்னை அணைத்து மகிழ்ந்திருந்த நிகழ்ச்சி களை எண்ணி மகிழ்கின்றேன். என்னை அப்படியே உன் பார்வை தின்றுவிடுமே! அதை நினைத்துப் புல்லரிக்கிறேன். தேன் நிறைந்த தாமரைமலர் போன்ற முகத்தினின்றும் வெளிப் படும் உன்னுடைய சுவாசத்தில், ஒரு நறுமணம் வருமே! அதைக் கற்பனையில் முகர்ந்து மகிழ்கிறேன். தேவலோகத் தின் அமுதுக்கு இணையான சுவைகூட்டும் உன் தேன் மொழியை வாங்கி என் செவிகட்கு உண்ணக்கொடுக்கிறேன். செங்கோவை இதழ் சுவைக்கும்போது கிட்டும் தேனை இதோ கற்பனையில் உண்ணுகிறேன். என்றாலும்... என்றாலும் பெண்ணே! என் துயரம் ஆயிரம் மடங்காக எல்லை மீறு கிறதே! என்ன செய்வேன்?'

பூரண நிலவாக ஒளி சிந்திடும் ராதையின் முகத்தின் அழகு தரும் அமுதனைய இனிமையை அள்ளிப்பருகுகிறது அவனது பார்வை.

அவனும் ராதையும் ஒருவரையொருவர் விழிகளாலேயே அள்ளிப்பருகும் ரகசியத்தை, கோபியர்கள் காணக்கூடாதென் பதற்காக (கண்டால் கண்பட்டுவிடுமே!) தனது இனிய

புல்லாங்குழல் இசையால் அவர்களை ஒரு மயக்க நிலைக்குத் தள்ளிவிடுகிறான். அவன் ராதையைப் பார்க்கும் அழகினை எப்படித்தான் சொல்வது! புல்லாங்குழலில் பாடிக்கொண் டிருக்கும்போதே ஒரு குறும்புப்பார்வை அவன் விழியோரத்தி லிருந்து வெளிப்படுகிறது. அவன் தனது தலையை ஒருபுற மாகச் சாய்த்துக்கொண்டிருக்கிறான். அவன் இசைக்கேற்ப அவன் மார்பில் அணிந்திருக்கும் நகைகளும் பதக்கங்களும் ஆடுகின்றன. அப்படிப்பட்ட மதுசூதனன் கண்களிலிருந்து வெளிப்படும் காந்தப் பார்வை எல்லா வளங்களையும் அள்ளிக் கொடுக்கட்டும்!

ஸ்ரீ ஜயதேவரின் கீதகோவிந்தத்தின் மூன்றாவது ஸர்க்கம் நிறைவடைந்து, நான்காவது ஸர்க்கம் தொடங்குகிறது.

11. ராதையின் மார்பில் தாமரை இலைகள்!

ஸர்க்கம் -4 அஷ்டபதி - 8

யமுனை நதி ஓரம் ராதைக்காக அழகான குடில் ஒன்று கட்டிக் காத்திருக்கும் கண்ணன், அவளைப் பிரிந்திருக்க முடியாத வேதனையால் அவள் நினைவாகவே வருந்துகிறான். அவனது இந்த நிலையைப் பார்த்த ராதையின் தோழி கண்ணனிடம் சென்று, ராதை அவனை எண்ணி வாடியிருக்கும் நிலையை எடுத்துச்சொல்லுகிறாள்.

'கண்ணா! ராதை உனது பிரிவைத் தாளாமல் இருக்கிறாள். அவளுக்கு எதுவும் பிடிக்கவில்லை. குளிர்ச்சியைக் கொடுக்கும் சந்தனம், அவளுக்கு வெப்பத்தைக் கொடுக்கிறது. ஒளிமிக்க குளிர்ச்சி பொருந்திய சந்திரனையும் வெறுக்

கிறாள். ஆற்றமுடியாத சோகத்திலே அவளிருக்கிறாள். மலய மலையிலிருந்து இனிமையாக தென்றல் வீசுகிறது. ஆனால், அந்தத் தென்றல் அவளை வாட்டுகிறது. அது விஷப்பாம்பின் மூச்சோ எனப் பதைக்கிறாள். அவளது இந்தப் பரிதாப நிலையை எண்ணிப்பார்க்காமல் மன்மதன் சுடுசரம் விடு கிறான். அவள் என்ன செய்வாள் பாவம்! அதைத் தாங்க இய லாமல், அவள் உன்னிடத்தில் அடைக்கலம் தேடுகிறாள். உன்னைப் பிரிந்த விரகதாபத்தில் உழல்கிறாள்.

கண்ணா! அவளுடைய இதயம் முழுதும் நீயே நிறைந் திருக்கிறாய். மன்மதனோ, ஓயாமல் மலர்க்கணை தொடுக் கிறான். எங்கே அந்த அம்புகள் அவளது இதயத்துக்குள் இருக்கும் உன்னைத் தாக்குமோ என்று அஞ்சி, பாரமான முலைகளைக் கொண்ட தனது மார்பில் தாமரை இலை களைப் பரப்பிவைத்து உன்னைப் பாதுகாக்கிறாள். மன்மதன் அம்புகள் சுடுசரம் என்பதால் அதற்கு மாற்றாக, குளிர்ந்த இலைகளைப் பரப்பி வைத்திருக்கிறாள். உன் விரகத்தில் அவள் தவிக்கிறாள்.

கண்ணா! நீ அவளைத் தேடி வருவாய் என்றும், நீ வந்ததும் கூடிக்களிப்பதற்கு ஏற்ற வகையில் அமையவேண்டும் என்றும் பூக்களால் படுக்கை தயார்செய்து வைத்திருக்கிறாள். ஆனால் நீ வரவில்லை. அதனால் அந்தப் பூப்படுக்கையும் அவளுக்கு முள்ளாகக் குத்துகிறது. எதுவும் சுவைக்கவில்லை. பாலும் கசந்ததடி படுக்கை நொந்ததடி எனும் நிலையில், உன்னையே ஒருமுகப்படுத்தியிருக்கிறாள். அவளுடைய இந்தத் தவத்தின் பயனாகவாவது, மனமிரங்கி நீவருவாய். உன்னுடைய அரவணைப்பு கிடைக்கும் என்று எண்ணுகிறாள்.

உன்னை அவள் எதிர்பார்த்துக்கொண்டே இருக்கிறாள். நீ வருவாயா என்று, அலைகிற மேகம்போல அங்கும் இங்கும் திரிந்து ஏங்கி எதிர்பார்க்கிறாள். பசலை படர்ந்த அவள் முகம், கிரகணம் பிடித்த சந்திரனைப்போல இருக்கிறது. சந்திர கிரகணத்தின்போது ராகு தனது கொடிய கரங்களைச் சந்திரன்

மேல் அழுத்த, அவனது நகம் பதிந்த இடத்திலிருந்து வெளிப் படும் அமுத தாரைபோல அவள் கண்களிலிருந்து கண்ணீர் வெளிப்படுகிறது.

அழகினில் நீ மன்மதனே என நினைக்கிறாள். உன் அழகிய தோற்றத்தை மனக்கண்முன் கொண்டுவந்து அது மறைந்து போகும்முன்னே கஸ்தூரியில் உன் உருவத்தை வரைகிறாள். நீ மன்மதனே என மனம் கொண்டுவிட்டதால், உன் கையில் மலர்க்கணைகளைக் கொடுக்கிறாள். மன்மதனின் வாகன மாகிய மகரத்தை அதனடியில் வரைகிறாள். அந்த உருவையே மனத்தில் பதித்துத் தியானம் செய்து வணங்குகிறாள்.

கண்ணா! உன்னை நேரிலே பார்த்தாளா அல்லது கற்பனை உருவமா என அவளுக்குத் தெரியவில்லை. உன் உருவை நினைத்து நினைத்து மனத்தில் உருவேறிப்போனதால், உன் உருவையே கண்முன்பாகக் காண்கிறாள். அங்கு நிற்பது நீதான் என்று நினைத்து உன்னை அணைக்கிறாள். அணைக்க இயல வில்லை என்பதை அறிந்து நீ மாயம் செய்வதாக எண்ணி உன்னை வெறுக்கிறாள். பிறகு, பைத்தியம்போல் சிரிக் கிறாள். காணவில்லையே என்ற ஏக்கத்தில் அழுகிறாள். பிறகு எழுந்து அங்குமிங்கும் நடக்கிறாள்.

உன்னைக் காணாமல், தானே பேசிக்கொள்கிறாள். 'மாதவா! எனக்கு நீதானே கதி! நீயும் என்னைத் துறந்தால் நான் எங்கு போவேன்? உன்னைக் காணாது உன்மேல்கொண்ட காதலால், விரகதாபத்தில் வேதனைப்படுகிறேன். நீ எனக்கு ஆதரவாக இருந்தபோது துணையாக அமைந்த சந்திரன், இப்பொழுது நீ அருகில் இல்லை என்பதால் தகிக்கிறான். மாதவா, என்னைக் கைவிட்டு விடாதே!' என்று புலம்புகிறாள் கண்ணா!' என்று ராதையின் நிலையைக் கூறிய தோழி, அஷ்டபதி ஒன்பதிலும் ராதையின் தவிப்பை தொடர்ந்து சொல்கிறாள்.

12. தேவ வைத்தியனே, நோய் தீர்க்க வா!

ஸர்க்கம் 4   அஷ்டபதி 9

'விரகதாபத்தினால் ராதையின் உடல் மெலிந்திருக்கிறது. மிகச் சிறிய இடை இன்னும் சிறுத்துப்போய்விட்டது. விரக தாபத்தால் விளைகிற வெப்பத்தைத் தணிக்க மார்பில், குளிர்ந்த மெல்லிய மலர்களாலான ஆரம் அணிந்திருக் கிறாள். கனத்த முலைகளின் பாரத்தைத் தாங்கமுடியாமல் மெலிந்து போய்விட்ட அவளுடைய இடைக்கு, அந்த ஆரம் இன்னும் அதிக பாரமாகத் தெரிகிறது. எந்த நேரத்தில் ஒடிந்துவிடுமோ என்னும்படி இருக்கிறது. இதற்கெல்லாம் காரணம், கேசவா! உன்மேல் கொண்ட காதலால் ஏற்பட்ட விரகம்தான்!

அந்த விரகதாபத்தால், சுடுகின்ற உடல் உறுப்புகளில் சந்தனம் பூசியிருக்கிறாள்.

சந்தனம் குளிர்ச்சியையல்லவா கொடுக்கவேண்டும்! அதற்கு மாறாக அதுவும் சுடுகிறதே! 'சீச்சி! இதென்ன சந்தனமா? இல்லை, இல்லை. இது விஷம்! எனவேதான் தகிக்கிறது!' என்று எண்ணி மேலும் சந்தனம் பூசுவதற்கு அஞ்சுகிறாள்.

எதைக்கண்டாலும் ராதை அஞ்சுகிறாள். உன்னுடைய நெருக் கம்தான் அவளுக்குத் தைரியம். அது கிட்டாதபோது பயம் தான். என்ன செய்ய? உன்னருகில் இருக்கமுடியவில்லையே என்ற ஏக்கத்தில் பெருமூச்சு விடுகிறாள். அது மன்மத வேத னையின் தீயென எண்ணி உருகுகிறாள். என்றாலும், உன் னைக் காணுவோம் என்ற ஆசையில் இவற்றையெல்லாம் தாங்கிக்கொள்கிறாள்.

மலரோடு இசைந்து இணைந்து இருக்கும் அதன் தண்டு சற்றே துவண்டுவிட்டால், வேகமாக அடிக்கிற காற்று அதை மேலும் அலைக்கழிக்குமல்லவா? அதைப்போல விரகதாபத்தால் நொந்துபோன ராதையின் கண்கள் உன்னைக் காணாத துயரம் என்னும் காற்றால், மேலும் மங்கிப்போய் உன்னைத் தேடி அங்கும் இங்கும் அலைகின்றன. எல்லாத் திசைகளிலும் உன் வரவை எதிர்பார்த்துச் சுழல்கின்றன.

கண்ணா! உன் அரவணைப்பால் எந்தக் கன்னங்கள் திரட்சி பெற்றிருக்குமோ, எந்தக் கன்னங்கள் தீனி பெற்றிருக்குமோ அவை உன் நிராகரிப்பால் தளர்வடைந்திருக்கின்றன. உன் கரங்கள் வருடவேண்டிய கன்னங்களை, அவளுடைய கரங் கள் தாங்கிப் பிடிக்கின்றன. அந்த நிலையில் அமர்ந்திருக்கும் அவளைப் பார்க்கும்போது, பூரணச் சந்திரன் தேய்ந்து பிறைச் சந்திரன் ஆகிவிட்டதுபோல் தெரிகிறது.

ஹரி! ஹரி! ஹரி! என உன் பெயரைச் சொல்லி இடைவிடாமல் ஜபம் செய்கிறாள். அவளால் விரகத்துடிப்பைத் தாங்க இயல வில்லை. மரணம் வந்துவிட்டால்கூடத் தேவலை என்று எண்ணுகிறாள். இப்படியா அவளை வேதனைப் படுத்துவாய் கண்ணா?

கண்ணா! உன்மேல் காதல்வயப்பட்ட காரணத்தால் ராதையின் நிலை எப்படி இருக்கிறது தெரியுமா?

மிக அழகாக இருந்தவள் உருமாறிவிட்டாள். உன்னை நினைத் தாலே அவள் சிலிர்த்துப்போகிறாள். புலம்புகிறாள். மன வேதனையால் துடிக்கிறாள். உடல் தளர்வால் மயங்குகிறாள். அந்த மயக்கத்திலும் உன்னையே நினைப்பதால், சுதாரித்துக் கொண்டு எழுகிறாள். கண்கள் உன்னைத் தேடுகின்றன. அவளது இந்த மோசமான நிலைமையைக் கண்டு மனம் இளகாமல் இருக்கிறாயே! அவளுக்கு உடனே மருத்துவம் பார்க்கவேண்டும். தேவலோக மருத்துவர்கள் அஸ்வினி தேவர்கள் உனது ஆணைக்குக் கட்டுப்பட்டவர்கள் தாமே! அவர்களுக்கு ஆணையிடு. அவர்கள் மருத்துவம் பார்த்து அவளைக் காப்பாற்றட்டும். அப்படி அவளை நீ காக்காமல் நிராகரித்தால் அவள் இறந்துவிடுவாள். காக்கும் தெய்வமாகிய நீ, அழிக்கும் வேலையைச் செய்யலாமா? நீயே அவளது மரணத்துக்குக் காரணமாக வேண்டுமா? எண்ணிப்பார்!

கண்ணா! அஸ்வினி தேவர்கள் எதற்கு? நீயே தேவ வைத்தி யன்தானே!

ராதையின் நோயை நீதானே தீர்க்கவேண்டும்! நீ வா. உன்னு டைய கையால் பாசத்தோடு அவளைச் சற்றே வருடினால் போதும். அவள் நோய் தீர்ந்துவிடும். நீ வராமல் அடம்பிடித் தால், அவள் நோய் தீருவதெப்படி? இப்படிக் குத்துக்கல்லாக உட்கார்ந்திருக்கிறாயே! உன் மனமுமா கல்லாகிவிட்டது! உன் இதயம் உலகத்திலுள்ள கடினங்களெல்லாம் ஒன்றுதிரண்டு கடினங்களின் கடினமாக ஆகிவிட்டதா? நீ கனிவுடையவன் தானே! உடனே வா!

விரக தாபத்தால் அவளது உடல் கொதிக்கிறது. வெப்பத்தைப் போக்கிகொள்ள சந்தனத்தைப் பூசுகிறாள். சந்திர கிரணம் கூடவா சூட்டைத் தணிக்காமல் போகும்? காட்டுப்பூக்களின் நறுமணத்தைச் சுமந்துகொண்டு வரும் தென்றல் காற்றுகூட இதமாக இல்லை. எவையெல்லாம் தண்மையூட்டுமோ

அவையெல்லாம் நோயைக் கூட்டுகின்றன. இந்த நிலையில் அவள் உன்னை மார்புறத் தழுவிக்கொண்டால் நோய்தீரும் என்று எண்ணி, உன் வருகையை எதிர்பார்த்து உயிர்வாழ் கிறாள். நீ வந்து உன் கையால் தொட்டால்கூடப் போதும். அவளது நோய் விலகி ஓடிவிடும்.

கண்ணிமைக்கும் நேரம்கூட உன்னைப் பிரிந்திருக்க விரும் பாத ராதை, எப்படி உன்னுடைய நீண்ட பிரிவைத் தாங்கு வாள்? வசந்த காலம் காதலுக்கு இசைந்த காலம் அல்லவா! இந்தச் சமயத்தில் நீ அவளைப் பிரிந்திருக்கலாமா? வசந்தத் தின் கொள்ளை எழில் கோபத்துடன் மண்ணில் மலர்ந்திருக் கும் மலர்கள், பச்சை மரங்கள், தளிர்க்கொடிகள் அவளை இன்னும் ஏங்கவைக்கின்றன. உன்னை அணைக்கும் ஆசை யால் காத்திருக்கிறாள்.

இந்திர கோபத்தால் அடாது மழைபெய்திட, கோவர்த்தன கிரியைத் தன் சுண்டுவிரலால் தூக்கி அதன்கீழ் மக்களையும் மாக்களையும் நிற்கவைத்துக் காத்த கிரிதர கோபாலன் கைகள் ஏன் சிவந்திருக்கின்றன. மலையின் அழுத்தத்தினாலா? இல்லை, இல்லை! அணிசிந்தூரம் பூசிய அழகிய கரங்களி னால் கோபியர், அவன் கைகளில் மிக ஆசையாகக் கொடுத்த முத்தங்களினால் அல்லவா அவனுடைய கைகள் சிவப்பாகி விட்டன. அவைதாமே கோவர்த்தனகிரியைத் தூக்கிக் காத்தன. அந்தக் கைகளுக்கு நன்றிகாட்ட வேண்டாமா? அந்த நன்றியின் வெளிப்பாடுதான் அவர்கள் ஆசையாகக் கொடுத்த முத்தங்கள்! அதனால் பெற்றதுதான் சிவப்பு வண்ணம். அந்த நிலையில் மோகம் தலைக்கேறி இருக்கிற கம்சனின் விரோதி யான கண்ணன் எல்லா நலன்களும் தந்து அருள்வானாக!'

13. ராதையின் நினைவில் தவிக்கிறான் கண்ணன்

ஸர்க்கம் 5   அஷ்டபதி -10

ராதையின் தாபத்தைப் பற்றி கண்ணனிடம் கூறிய தோழி இந்த ஐந்தாவது ஸர்க்கத்தில், கண்ணனது சார்பாகச் சென்று, ராதையிடம் கண்ணனது நிலையைக் கூறுகிறாள்.

தோழியிடம் கண்ணன் சொல்கிறான்:

'நான் இங்கேயே ராதைக்காகக் காத்திருக்கிறேன். நீ அவளிடம் சென்று நானும் அவள் நினைவாக விரகதாபத்தில் உழல்கிறேன் என்று சொல்லி இங்கே அழைத்துவா!' என்றுசொல்கிறான். கண்ணன் அங்கே செல்லவேண்டியது தானே! ஏன் அழைத்துவரச் சொல்ல வேண்டும்?

ராதையின் இடத்துக்குச் சென்றால், தான் இதுவரை காட்டிய அலட்சியத்துக்காக அவள், தன்னிடம் கோபித்துக்கொண்டு வெறுத்து ஒதுக்கிவிடுவாளோ என்ற பயம் ஒரு காரணம். அவள் இவ்விடம் வந்தால் கோபம் தணிந்துவிட்டது என்று பொருள். எனவே, நேரடியாகவே அவளிடம் பேசிவிடமுடியும். காலந்தாழ்த்தாமல் அவளை மகிழ்விக்க முடியும். அவள் தான் வரட்டுமே என்ற தன்முனைப்பும் ஒரு காரணமாக இருக்கலாம்.

கண்ணன் கூறியதைக் கேட்ட தோழி, விரைந்து சென்று மிகவும் கனிந்த குரலில் ராதையிடம் பேசுகிறாள்.

'ராதே! உன்னைப் பிரிந்து கண்ணனும் விரகதாபத்தால் உழல்கிறான். மலயமலையிலிருந்து வீசும் இனிய நறும் காற்றில் நனையும் அவன் மனம் உன்னை எண்ணித் துடிக்கிறது. விரகதாபத்தால் வெடிக்கும் அவன் இதயத்தைப் போல மலர்களும் வெடிக்கின்றன. அவன் மட்டும் அங்கே மகிழ்ச்சியாக இருப்பதாக எண்ணாதே. உன்னைப் பிரிந்து அவன் மிகவும் வருந்துகிறான்!

பொதுவாக, நிலவின் தண்மையான கதிர் இன்பத்தைத் தரும். ஆனால் உனது பிரிவென்னும் வெப்பம், அந்தத் தண்மையையும் வெம்மையாக மாற்றிவிடுவதோடு அதைப் பெருக்கியும் விடுகிறது. எனவே, அவனைத் தீயாகச் சுடுகிறது. மரண வாதை கொடுக்கிறது. எங்கே ராதையைப் பார்க்காமலேயே போய்விடுவோமோ என்று அஞ்சுகிறான். அவன் துயரத்துக்கு எல்லையே இல்லை.

ராதே! அவன் இப்பொழுது மட்டும்தான் தவிக்கிறான் என்று எண்ணாதே! ஒவ்வோர் இரவும் இதே கதைதான். இனிமையான வண்டின் ரீங்காரம் அவன் காதில் நாராசமாகப் பாய்கிறது. காதைப் பொத்திக்கொள்கிறான். வண்டு மகிழ்ச்சியாக மலரில் வாய்வைத்துத் தேன் உறிஞ்சி அந்த மயக்கத்தில் பாடுகிறது. ஆனால், தனக்கு அந்தப்பேறு கிடைக்கவில்லையே என்று வெந்துபோகிறான்.

கண்ணன் எவ்வளவு சுகபோகத்தோடு இருக்கவேண்டியவன். ஆனால், உன்மேல் கொண்ட மையலால் பைத்தியமாக அலை கிறான். அருமையான இளந்தளிர்கள் பரப்பிவைக்கப்பட்ட படுக்கை இருக்கிறது. ஆனால், அவன் அதில் படுப்பதில்லை. ராதையுடன்தான் இதில் படுக்கவேண்டும். அவள் பக்கத்தில் இல்லாதபோது இந்தப் படுக்கை எனக்கு எதற்கென்று எண்ணி, புழுதிக்காட்டில் தரையில் படுத்துக்கிடக்கிறான். சதா சர்வகாலமும் உன் பெயரையே ஜபித்துக்கொண்டிருக்கிறான்.

குயில்கள் இனிமையாகப் பாடும். ஆனால் உன் குரல் கேட்டால், அதுவெட்கப்பட்டு பாடாமலிருந்துவிடும். நீ அருகில் இல்லாததால் குயில் தைரியமாகப் பாடுகிறது. உன் குரலை மீண்டும் கேட்க விரும்புகிறான் கண்ணன். குயிலின் இனிமையான குரலைக் கேட்கும்போது, சிலசமயங்களில் மனம் மயங்கி நீதான் வந்துவிட்டாயோ என்று அங்குமிங்கும் திரிந்து பார்ப்பான். இவனென்ன பைத்தியமா என்று, பிறர் அவனைக் கேலி செய்கிறார்கள். சிலர் அவனை அக்கறை யோடு விசாரிப்பதுபோல் நடித்து உள்ளுக்குள் சிரிக்கிறார்கள். சிலர் கேள்விக்கணை தொடுக்கிறார்கள். அவர்களிடம் ஒன்று மில்லை என்று மறுத்துவிடுகிறான். எப்போதும் உன் நினை வாகவே என்ன செய்வது என்று தெரியாமல் குழப்பத்தில் வாடுகிறான்

குயில்கள் தமது காதலிகளை அழைத்துக்கூவி பாடுகின்றன. இவன் அதற்கும் வழியில்லாமல் வீழ்ந்து கிடக்கிறான். கத்தும் குயிலோசை அவனுக்கு உனது இனியகுரலை நினைவூட்டி விடுகிறது. முன்பு அவனோடு தனியிடத்தே நீயிருக்கும் போது பாடினாயே அது நினைவுக்கு வருகிறது. அந்தப் பாடல் மயக் கத்தில் என்னென்ன நிகழ்ந்தன என்று நினைவுபடுத்திப் பார்க் கிறான். உன்னோடு கூடிமகிழ்ந்த அந்நிகழ்ச்சி நினைவுக்கு வந்து, இப்பொழுது அந்தவேளை இன்னும் கூடவில்லையே என்று கவலையுடன் கண் கலங்குகிறான்.

யாரோ எவரோ 'வாராதா' என எதைப்பற்றியோ சொல்ல, 'வா ராதா' என்று சொல்வதாக எண்ணி கண்ணன் நீ வருகிறாயோ

என்று உன்னைத் தேடுகிறான் (ராதா என்ற வடமொழி வார்த்தைக்கு வசந்தகாலம் என்று பொருள். வசந்தம் வாராதா என எவரோ சொல்ல, வசந்தம் வாராதா, ராதா வரமாட்டாளா என ஏங்குவான் என்றும் பொருள்). உன்னைப் போற்றி உன்னை மீண்டும் அணைத்திடும் ஆசையால் துடிக்கிறான்.'

ராதையின் தோழி, கண்ணது தாபத்தை ராதை உணர்ந்து கொள்ளும் விதமாக, அடுத்த பதினொன்றாவது அஷ்டபதி யிலும் தொடர்ந்து சொல்கிறாள்:

'உன்னுடன் கூடியிருந்தபோது மன்மதன் அம்புகள் இதமாகத் தைத்தன. வேட்கை மிகுந்தது. உன்னுடன் கூடி இன்பமாகக் களியாட்டம் போட்டான். எந்த இடத்தில் அந்தக் களியாட்டம் நிகழ்ந்ததோ அதே இடத்தில் உன்னுடன் சரசமாட எண்ணு கிறான். அதற்காக உன்னை நினைக்கிறான். உன் பெயரையே ஜபம் செய்கிறான். நீ அவ்விடம் வருவாய் என உன்னை எதிர்பார்க்கிறான். உனது பூரண கும்ப முலைகளை அழுத்தி அணைத்துக் கிடைக்கும் புது சுகத்தை, கற்பனை செய்து கிடக்கிறான் கண்ணன்.'

14. ஆடையைக் கழற்றிவிடு! அவன் வசமாகிவிடு!

ஸர்க்கம் 5   அஷ்டபதி 11

காதலர்களை ஒன்றுசேர்க்க படாது பாடுபடும் தோழி, ராதையிடம் அவள் மனதுக்கு இன்பம் தரும் விதமாக கண்ணது நிலையை உருக்கமாகச் சொல்கிறாள்.

'ராதே! இதமான சம்போகத்திற்கு ஏற்ற சூழ்நிலையும், எந்தத் தடையும் இல்லாததாக மதன கேளிக்கைகளுக்கு ஏற்ற மனோகரமான இடத்தைத் தேர்வு செய்து வைத்திருக்கிறான் கண்ணன். அங்கே நீ வருவாயென எதிர்பார்த்து உன்னை வரவேற்பதற்காக அதை அலங்கரித்து, நீ வந்து அணைப்பதற்காக ஆசைப்படுகிற கண்ணன் நிலைகொள்ளாமல் நடந்து கொண்டிருக்கிறான். எந்தத் தயக்கமும் இல்லாமல் உடனே

அவனிடம் போ. கண்ணன், காதல் லீலைகளில் அனுபவ மிக்கவன். இதற்குமுன் கோபியரின் மதர்த்த முலைகளை வருடி வருடி அனுபவப்பட்ட அவனது விரல்கள், அந்த அனுபவத்தின் திறமையை உனக்கும் காட்டக் காத்திருக்கின்றன. அதுவும் எங்கே தெரியுமா? மனமகிழ்ச்சிக்கு ஏற்ற இடமான யமுனா நதி ஓரத்தில், உனக்காகக் காத்துக்கொண்டிருக்கின்றான். நதியின் சிலுசிலுஇதமான காற்று, கரையில் மரங்களின் சலசலப்பு - இவையெல்லாம் ஈர்ப்பை ஏற்படுத்துவன! உடனே நீ அவனிடம் போ! என்கிறாள் தோழி.

கண்ணன் உன்னுடைய பெயரை அவனது குழலிசையில் இணைத்து ஊதுகிறான். வனத்து மரங்களுக்கு இடையே உன்னோடு கூடும் ஆனந்தத்துக்காக அலைகிறான். இசை மூலம் உன்னை அழைக்கிறான். அப்போது இதமான காற்று தூசியை ஏந்தி, நீ இருக்கும் திசையிலிருந்து வருகிறது. அந்தக் காற்று உன் உடலில் பட்டு வருவதால், உன் உடல் தூசியையும் சுமந்து வந்திருக்கும் என்று எண்ணி அந்தத் தூசியைப் பிடித்து பொன்னைப்போல் பாதுகாக்கிறான்.

பறக்கும் பறவைகளின் உடலிலிருந்து இறகுகள் பிரிந்து கீழே விழும்போதும், மரங்களிலிருந்து இலைகள் கீழே விழும் போதும் எழுகின்ற ஒலியைக் கேட்டு, நீதான் வருகிறாயோ என எழுந்து ஆவலாகப் பார்க்கிறான். குறிப்பாக, நீ இருக்கும் திசைக்குச் செல்லும் பாதையைப் பார்க்கிறான். நீ வந்தால் சிறிதும் தாமதம் செய்யாமல் உன்னோடு உடனடியாக மதன கேளிக்கைகளில் ஈடுபடவேண்டும் என்பதற்காக, தான் ஏற்கெனவே அழகுபடுத்தி வைத்திருக்கும் பூப்படுக்கையைச் சரிசெய்கிறான். எல்லாம் இதமாகவும் பதமாகவும் மணமாகவும் மகிழ்வுக்கேற்றதாகவும் இருக்கிறதா எனச் சீர் செய்கிறான். நீ உடனே அவனிடம் போ!

ராதே, நீ காலில் அணிந்திருக்கிறாயே சிலம்புகள்! அவை நீ கண்ணனிடம் ரகசியமாகப் போகும்போது சத்தம் எழுப்பி உன் ரகசியத்தை அம்பலப்படுத்திவிடும். அதுமட்டுமல்ல! நீ

அங்கே சென்று அவனோடு கூடும்போது, அவையும் ஒலி யெழுப்பி உங்களது ரகசியக் கூடலை அம்பலப்படுத்திவிடும். எனவே, அவற்றை இப்பொழுதே கழற்றிப் போட்டுவிடு. இப்போது நல்ல இருட்டு. பாதை தெரிந்து அங்கே நீ எப்படிப் போகமுடியும்? எனவே, ஒளியுமிழும் அணிகளையும் ஆடை களையும் அணிந்துகொண்டு வெகுசீக்கிரமாக ஓடிப்போ!

கண்ணனுடைய மார்பு, மழைதரும் மேகத்தைப்போலக் கறுத் திருக்கிறது. அதில் மின்னல்கொடியென நீ சாய்ந்து படுத்துக் கிடக்கலாம். மேகத்திலிருந்து கிளம்பிப் பறக்க முயலும் நாரைகளைப்போல அவனது மார்பில் கிடக்கும் மலர்மாலை ஆடிக்கொண்டிருக்கிறது. அதைக் கண்டதும் உனக்கு மோகம் எல்லை மீறும். இதுவரை எதையெல்லாம் செய்ய வேண்டு மென்று கற்பனை செய்து வைத்திருந்தாயோ, அதை அவனது பரந்து விரிந்த மார்பில் கிடந்து தீர்த்துக்கொள்! உன் தாகம் தணியட்டும்!

ராதே! நீ கண்ணன் இருக்கும் இடத்தைச் சேர்ந்ததும் நீ அணிந் திருக்கும் ஆடைகளையும் அணிமணிகளையும் உடனே கழற்றிப்போட்டுவிட்டு உன் மேனி முழுவதையும் அவன் வசமாக்கிவிடு. அழகிய தாமரை போன்ற விழிகளையுடைய கண்ணனை, உன்னுடைய இசைந்துபோகும் அசைவினால் இன்பத்தின் உச்சிக்குத் தூக்கிச் செல்வாயாக!

இதுவரை நான் சொன்னதையெல்லாம் கேட்டாயல்லவா? இன்னும் ஏன் தாமதிக்கிறாய்? போ, நடையைக் கட்டு! போய் கண்ணனுக்கு இன்பத்தை வழங்கு. இன்றைய இரவுப் பொழுதில் நீவருவாய் என உன்னை எதிர்பார்த்து ஏங்கி நிற்கும் கண்ணனிடம் சென்று, உன்னுடைய அழகிய முகத் தைக் காட்டு. பிறகு.. பிறகு.. எல்லாம் ஊட்டு!

நீ வருவாய் என நினைந்து உன் வரவை எதிர்பார்த்து இருக்கும் கண்ணன், நீ வரக்காணாமல் பெருமூச்சு விடுகிறான். தான் அமைத்திருக்கும் குடிலின் வாயிலில் நின்றுகொண்டு உன் வரவை எதிர்பார்த்துக் கண்களைச் சுழற்றுகிறான். ஒரு

வேளை அவனுக்குத் தெரியாமல் நீ வந்துவிட்டால் என்ன செய்வது? படுக்கை தயாராக இருக்கவேண்டாமா? எனவே, படுக்கையைச் சரிசெய்கின்றான். நான் மீண்டும் மீண்டும் சொல்கிறேன். நீ கேட்க மறுக்கிறாய். அவனிடம் போகாமல் இப்படியா அவனைக் கொல்வது?

ராதே! உன்னை எப்படியெல்லாமோ கெஞ்சிப் பார்த்து விட்டேன். நீ கேட்பதாக இல்லை. நான் உனக்கு நன்மை தானே சொல்லுவேன்? கிருஷ்ணனுக்காகப் பரிந்துபேசுவதாக நீ எண்ணுகிறாய். அதனால்தான் உனக்குள் தாங்கமுடியாத தாபம் தகித்துக்கொண்டிருந்தும், பிடிவாதமாக நின்று கொண்டிருக்கிறாய். நீ வரட்டும் என்று அவனும், அவன் வரட்டும் என்று நீயும் பிடிவாதம் பிடித்தால் உன் ஆசை எப்படிப் பூர்த்தியாகும்? சக்ரவாகப் பறவையின் மெல்லிய கெஞ்சும் குரலில் இப்போதும் சொல்லுகிறேன். நீ செல்ல வேண்டிய நேரம் வந்துவிட்டது. நீ மென்மையான உள்ளம் படைத்தவளாயிற்றே! எப்படி இந்த வன்மை உன்னிடம் குடி கொண்டது? போ ராதே, போ! இனியும் காலத்தைத் தாழ்த் தாதே!

கண்ணன் - ராதையைப் பற்றி தோழி கூறிக்கொண்டே வரும் போது, இடைச்செருகலாக இந்த அஷ்டபதியில் ஒரு பாடல் வருகிறது. 'ஆஷ்லேஷாதது' என்று ஆரம்பிக்கும் இந்தப் பாடலுக்கும் ராதாகிருஷ்ண லீலைக்கும் எந்தச் சம்பந்தமும் கிடையாது. நகைச்சுவையாக ஏதேனும் சேர்க்கவேண்டுமே என்பதற்காக எழுதப்பட்டதுபோல் தெரிகிறது. இது அரசன் எழுதிய பாடலாக இருக்கலாம்.

கணவனிடம் மனைவியும் மனைவியுடன் கணவனும் கூடி மகிழ்ந்தது அலுத்துப்போகவே, ஒரு வெறித்தனமான மாறு தலுக்காக ஜோடி மாற்றிப்பார்க்க விரும்புகின்றனர் சில தம்பதியர். ஒருவர் எண்ணம் மற்றவருக்குத் தெரியாது. நல்ல இருட்டு. ஒருவர் முகம் மற்றவருக்குத் தெரியவில்லை. தங்கள் எண்ணம் நிறைவேற இது வாய்ப்பாகப் போய்விட்டது என்று

எண்ணி, ஒவ்வொருவரும் தனது துணைமாறி வேறொரு துணையுடன், ஆண் வேறொரு பெண்ணுடனும் பெண் வேறொரு ஆணுடனும் இன்பம் அனுபவிக்க ஆசைப்பட்டு கையிலகப்பட்டவருடன் கூடி மகிழ்கிறார்கள். புதுச் சுகம் விரும்பிய வெறியில் இழுத்தணைக்கிறார்கள், அழுந்த முத்தம் கொடுக்கிறார்கள். ஆசைவெறியால், நகத்தாலே கீறிக்கொள் கிறார்கள். அதுவும் போதாதென்று கடித்துக்கொள்கிறார்கள். எலும்பு நொறுங்கிவிடுமோ என்னும்படி அணைத்துக்கொள் கிறார்கள். அணைப்பின் உச்சத்தில் எல்லாம் முடிந்ததும், இது வரை கிட்டாத இன்பம் கிடைத்ததே என்று அவர்கள் மகிழ்ந்த போது அவர்களிடமிருந்து பேச்சு வெளிப்படுகிறது. அடப் பாவமே! அதுவரை அவர்கள் தத்தம் துணையோடுதான் கூடிமகிழ்ந்திருந்த உண்மை தெரியவருகிறது. யார், யாரைக் குற்றம் சொல்லமுடியும்?

இந்தச் சுவையை என்னென்று சொல்வது?

'இந்தப் பாடலுக்குப் பிறகு, மறுபடியும் தோழி கண்ணனது தாபத்தைப் பற்றி ராதையிடம் சொல்லி, உடனே அவளை கண்ணனிடம் செல்லச் சொல்கிறாள். என் இனிய தோழி! நீ உடனே அவனிடம் போ! இருட்டுப்பொழுதாயிற்றே என்று கலங்காதே! இந்த இருட்டிலும் தன்னைத் தேடி ராதை வரு கிறாள் என்பதைக் கண்டால், அவனுக்கு அது இன்பத்தைக் கொடுக்கும். மெல்ல மெல்ல அடியெடுத்துவைத்து, ஒவ் வொரு மரத்தினடியிலும் கண்ணன் உள்ளானா என்று தேடிப் பார்த்து, நின்று நின்று நீ வரும் காட்சி அவனுக்கு மேலும் மகிழ்வளிக்கும். அவனுடன் கூடி மகிழ்வதற்காகச் செல்லும் நீ, அவனைக் கண்ட மகிழ்ச்சியில் ஓடிச்சென்று அவன் கரத் தில் விழும்போது கிடைக்கிற இன்பம், கண்ணனுக்குக் கிட் டும் இன்பங்களிலெல்லாம் பெரிய இன்பம். அந்த இன்பத்தை அவன் பெறவேண்டும். எனவே ராதே, தயங்காமல் செல்!'

மலர்களிலே தேனை உண்டு மயங்கிப்பாடும் வண்டுகள் போல ராதையின் திருமுகத்தாமரையில் இதழமுதுண்ணும்

கண்ணனின் மகிழ்ச்சி, நமக்கும் இன்பத்தை நல்கட்டும்! வானத்தின் நிறமுள்ள நீலமணிகள் பொதிந்த கிரீடத்தை அணிந்த கண்ணன், நமக்கும் வானருள் பொழிந்து காக் கட்டும்!

தீய அரக்கர்களைக் கொன்று பூமியின் பாரத்தைக் குறைத்த கண்ணன், நமது கவலைகளாம் பாரத்தை இல்லாது போகச் செய்து காக்கட்டும்! கோபியர்களோடு இராச லீலை ஆடும் இன்பத்துக்காக பகல் நேரங்களில்கூடத் தன்னிச்சையாக இரவை வரவழைத்துக்கொள்ளும் கண்ணன், நமக்கு இன்பம் கிட்டும் விதியில்லாத போதும் அவனது இச்சையால் அது மாறி இன்பத்தைப் பொழியட்டும். வால்நட்சத்திரம் தோன்றி னால் அரசனுக்கு ஆபத்து என்று சொல்லப்படுகிறது. கண்ணன் வால்நட்சத்திரம்போல் ஒளிவிட்டுத் தோன்று கிறான். அந்தத் தோற்றத்தில் கொடியவனாகிய கம்சன் அழிந்து படுகிறான். அப்படிச் சுடர்விடும் கண்ணன் நம்மைக்காக் கட்டும் என்கிற வேண்டுதலோடு ஐந்தாம் ஸர்க்கம் நிறைவு பெற, ஆறாவது ஸர்க்கம் - பனிரெண்டாவது அஷ்டபதி ஆரம்பிக்கிறது.

15. இருளைத் தழுவும் இனிய ராதை!

ஸர்க்கம் - 6   அஷ்டபதி - 12

ராதை கண்ணனைப் பார்க்கத் துடித்துக் கொண்டிருந்தாலும் இருக்கும் இடத்தைவிட்டு எழுந்துசெல்ல அவளது உடல்நிலை இடம்கொடுக்கவில்லை. அந்த அளவுக்கு மனதாலும் மெய்யாலும் நைந்துபோயிருந்தாள். எனவே, அன்பு மிகுந்த தோழி கோவிந்தனிடம் சென்று ராதையின் துயர்நிலையையும் அவளது மெலிவையும் எடுத்துச்சொல்கிறாள்.

தோழி, கண்ணனிடம் சொல்கிறாள்: 'ஹே ஜகந்நாதா! ராதா தனியிடத்தே வாடிக்கொண்டிருக்கிறாள். அவள் இருக்கும் இடத்திலிருந்து எல்லாத் திசைகளிலும் கண்களை ஓட்டி நீ வரு

கிறாயா என்று பார்க்கிறாள். நீ இருப்பதாகக் கற்பனை செய்துகொண்டு உனக்கு முத்தம்தர முனைகிறாள்.

உன் பக்கம் வரவேண்டும் என்ற ஆசையால் சில அடிகள் எடுத்துவைப்பாள். ஆனால், உடல் மெலிவால் அவளால் அதற்குமேல் நடக்க இயலவில்லை. கண்ணனிடம் செல்ல முடியவில்லையே, இப்படி உடம்பு துயர் கொடுக்கிறதே என்று வருந்துகிறாள். இன்னும் முயன்று பார்ப்போம் என்று தரையில் நடக்கிறாள். கீழே விழுகிறாள். வெற்றுத்தரையில் நடப்பதால் அவளது பூம்பாதங்கள் சிவந்துபோகின்றன. நீயோ இங்கே இருந்துகொண்டு அவள் வரட்டும் என்று பிடிவாதம் பிடித்துக்கொண்டிருக்கிறாய். இது உனக்கு அழகா?

உன்னையே நினைத்து உருகி உருகி அவள் உடல் மெலிந்து போய்விட்டதால் வளையல்கள் கழன்று விழுந்துவிட்டன. கையில் வளையல் இல்லாமல் இருக்க அவள் விரும்பவில்லை. உன்னிடம் வரும்போது மங்கலப் பொருளாகிய வளையல் இல்லாமல் எப்படி வருவது? எனவே, தாமரைக் கொடிகளை வளையல்போல் செய்து தன் கரங்களில் அணிந்து கொள்கிறாள். அவ்வளையல்களைப் பார்த்தவுடன், அவள் உன்னோடி கூடிமகிழ்ந்த பழைய நினைவு வந்துவிடுகிறது. அந்நினைவுகள் கொடுக்கும் ஆறுதலால்தான் அவள் உயிர் தரிக்கிறாள்.

'நான்தான் கண்ணன், கண்ணன்தான் நான்!' என்று சொல்லிக் கொண்டு அந்தப் பேதைப்பெண் உன்னைப்போலவே ஒப் பனை செய்துகொள்கிறாள். அவளே நீயாக மாறிவிடுகிறாள். கண்ணன் இங்கே என்னுடனேயே இருக்கிறான்' என்கிறாள்.

தன்னையே கண்ணனாகக் கற்பனை செய்த ராதை சுயநினைவு பெறுகிறாள். தன் கோலத்தைக்கண்டு வெட்கப்படுகிறாள். 'ஹரி ஏன் இன்னும் இங்கே வரவில்லை?' என்று மீண்டும் மீண்டும் கேட்கிறாள். களைத்துப்போகிறாள். அந்தக் களைப் பின் மயக்கத்திலே நீ அங்கே இருப்பதாக மீண்டும் கற்பனை செய்கிறாள்.

கற்பனையில் மூழ்கிய ராதை எதிரே கவிந்திருக்கும் இருட்டைப் பார்க்கிறாள். அதை வெறும் வெளியாக அவள் காணவில்லை. கண்ணா! நீயே இருளின் வடிவில் அங்கே நிற்பதைப் போல் தோன்றுகிறது.

உடனே இருளை மார்புறத் தழுவி முத்தமிட முனைகிறாள்.

எவ்வளவு நேரம்தான் எதிர்பார்த்து எதிர்பார்த்து ஏமாறுவது? 'இன்னும் நீ வரவில்லையே என்ற தாபத்தில், ஒருவேளை பெருங்குரலெடுத்து உன்னை அழைத்தால் நீவருவாயோ?' என்றெண்ணி உன் பெயரை உரக்கக்கூவி ஓலமிடுகிறாள். மற்றவர்கள் தனது ஓலத்தைக்கேட்டால் என்ன நினைப்பார்கள் என்பதைப்பற்றியும் கவலைப்படாமல், தனது நாணத்தையும் துறந்து மீண்டும் மீண்டும் அழைக்கிறாள்.

'கண்ணா! அவளுடைய பித்துப்பிடித்த நிலையை எண்ணிப் பார்த்தாயா? நீ வருவாய். நீ வருகிறபோது உன் மனத்துக்கு இதம்கொடுக்கும் வண்ணம் ஆடை அணிகளை அணிந்துகொள்ளவேண்டும் என்று நினைத்து முகம் திருத்திப் பொட்டிட்டு, பார்த்தாலே பரவசம் ஏற்படும்படி தன்னை அலங்கரித்துக்கொண்டு நிற்கிறாள் ராதை! மிகுந்த ஆவலோடு பூப்படுக்கையைத் திருத்தியமைக்கிறாள். எங்கேயாவது சிறு ஒலி கேட்டாலும் நீ வரும் ஒலிதான் என எண்ணி ஆவலோடு எதிர்பார்த்து நிற்பாள். அதையேன் கேட்கிறாய்! மரத்திலிருந்து ஒரே ஒரு இலை விழுந்திருக்கும். அவளுடைய கூர்மையான காது அந்த ஒலியைக் கேட்டு, நீதான் அவள் அறியாதபடி மெதுவாக நடந்துவருகிறாய் போலும் என்று எண்ணி ஆர்வத்தோடு பார்க்கிறாள். நீ வந்துவிட்ட பின்பு என்னென்ன நிகழும் என்று முன் அனுபவத்தை மனக்கண் முன்பு கொண்டுவந்து பார்த்து வெட்கத்தோடு ரசித்துக்கொண்டு நிற்கிறாள். இந்த நிலையிலிருக்கும் ராதையைக் காண நீ செல்லவில்லை என்றால், அவள் இரவுப்பொழுதை எப்படிக் கழிப்பாள் என்று எண்ணிப்பார். எனவே கண்ணா, உடனே அவளிடம் போ!'

16. விரகம் தகிக்கிறது! வசந்தம் வதைக்கிறது!

ஸர்க்கம் 7　　　　　அஷ்டபதி -13

இந்த ஏழாவது ஸர்க்கத்தில், அஷ்டபதி 13 முதல் அஷ்டபதி 16 வரை நான்கு அஷ்டபதிகள் உள்ளன. ராதைக்காக கண்ணனிடம் தூது சென்ற தோழி, இன்னும் திரும்பி வரவில்லை. ராதையோ தவிக்கிறாள். புலம்பத் தொடங்குகிறாள்.

'விலைமாதர்கள் தமது நடமாட்டம் வெளியிலே தெரியக்கூடாதென்பதற் காக, இருளிலே பதுங்கிப்பதுங்கிச் செல்வார்கள். ஆனால் பூரண நிலவு அவர்களுக்கு உதவி செய்யாமல், பிருந்தாவனக் காட்டுக்குள் எல்லாவற்றையும் வெட்ட வெளிச்சம் ஆக்கினால் அவர்களுக்கு இடைஞ்சல் செய்வதாகு

மல்லவா? இது எவ்வளவு பெரிய பாபம்! அவர்கள் செய்யும் தொழில் பரிதாபத்துக்கு உரியதுதான். என்றாலும் அவர்களும் வாழவேண்டாமா? இடையூறு செய்ததால் வெண்ணிலா அடைந்த பாபம்தான், கருமையாகத் திரண்டு அதன் மேனி யில் கருந்திட்டாகத் தெரிகிறதோ? வெண்ணிலா அந்தக் கருமைச் சின்னத்தோடே வானிலே ஒளிவீசுகிறது. பெண் களின் நெற்றியில் வைத்த சந்தனப் பொட்டைப்போலத் திகழ் கிறது. எங்கு நோக்கினும் ஒளியின் வெள்ளம்.

வானத்திலே வெண்ணிலா கொட்டமடித்துக்கொண்டிருக் கிறது. எங்கு பார்த்தாலும் ஒளியின் வெள்ளம். அதுபரத்தை யர்களையும் விரகத்தால் வாடும் பெண்களையும் தவிர, மற்ற அனைவரையும் மகிழ்ச்சியில் ஆழ்த்துகிறது. 'இந்த வெண் ணிலா ஒளிவீசும்போது கார்மேகக் கண்ணன் வந்தால் எப்படி யிருக்கும்?

சுடுகின்ற வெண்ணிலா, குளிர்கின்ற தண்ணிலாவாக மாறி விடுமே! இன்னும் ஏன் கண்ணன் வரவில்லை? தாமதத்திற்கு என்ன காரணம்? காமப் பசி கொண்ட உடல், தீனி கேட்டுத் தொந்தரவு செய்கிறதே! கண்ணன் வரவில்லையென்றால், என்னையே தின்றுவிடும் போலிருக்கிறதே!' எனப்புலம்பு கிறாள் ராதை.

'வருகிறேன் என்று சொன்ன கண்ணன் இன்னும் ஏன் வர வில்லை? ஒருவேளை என்னை மறந்துவிட்டானா? இல்லை ஏய்க்கிறானா? அவன் வருவான் என்று தோழி சொன்ன வஞ்சகமான சொற்களல்லவா, என்னை இந்த அவல நிலைக் குத் தள்ளிவிட்டன? அவன் வரவில்லையென்றால், நான் யாருக்காக அலங்காரம் செய்துகொள்ள வேண்டும்? இந்த அழகுதான் எனக்கு எதற்கு? உண்ணப்படாத இந்த இளமை யால் என்ன பயன்? தோழியர்களும் சதி செய்துவிட்டதால், இனி நான் யாரிடம் சரண்புகுவேன்?

நான் யாரைத் தேடி இந்த மலர்வனத்தில் பைத்தியமாக அலைகிறேனோ, அவன் தனது அலட்சியமான போக்கால் என்

இதயத்தைக் கொன்றுவிட்டான்! பாவி மன்மதனாவது சும்மா இருக்கக்கூடாதா? வேளை கெட்ட வேளையில் மலரம்பு எய்து விரகதாபத்தில் தள்ளுகிறான்!

எனது துன்பத்தைத் தாங்க முடியவில்லை. இதுவரை உறுதி யாக இருந்த எனது மனமென்னும் கோட்டையை, காவலை மீறிச்சென்று விரகம் தாக்குகிறது. அவனுக்கு என் துயரம் தெரியவில்லை. எவன், எனது துயரைத் தீர்க்கவேண்டுமோ அவனே துயரம் அதிகமாகக் காரணமாகிறான். இனி யாருக் காக நான் உயிர்வாழ வேண்டும்?

வெண்ணிலா, மன்மதன் இவை போதாதா! இந்த வசந்தமுமா கூட்டம் சேர்த்துக்கொண்டு என்னை வதைக்கவேண்டும்? கண்ணன் ஏன் வரவில்லை என்பது எனக்கு இப்பொழுது தெரிகிறது. அவன் என்னைப் பார்க்கக் கிளம்பியிருப்பான். அதற்குள் யாரேனும் ஒரு பெண் பல்லைக் காட்டிக்கொண்டு எதிரே வந்திருப்பாள். அது போதுமே அவனுக்கு! இப் பொழுது அவனை, அவள் அணைத்துக்கொண்டிருப்பாளோ!

இனி, இந்த நகைகள்தான் எனக்கு எதற்கு? அவன் வந்தால் ஒளிசிந்தி ரகசியத்தை வெளிப்படுத்துகின்றன. அவன் வர வில்லையென்றால் - உடல் மெலிவால் வளையல், மோதிரம் போன்றவை கழன்றுவிடுகின்றன. அவன் பார்த்து மகிழட்டும் என்று அவனுக்காக நான் அணிந்திருக்கிறேன். விரக தாபத் தால், எனது அணிமணிகளுமல்லவா எனக்குப் பகையாகி விட்டன!

அவன் வருவானென்று மலர்மாலை அணிந்திருக்கிறேன். அவன் வராததினால் உடல் தளர்ந்து போய்விட்டது. இந்த மலர்மாலையும் எனக்குப் பாரமாகிவிட்டது. நான் மென்மை யானவள் என்று அந்த மாலைக்குத் தெரியவேண்டாமா? மன்மதனுடைய அம்பைப்போல என்னை வன்மையாகத் தாக்குகின்றனவே!

கண்ணனே நினைவாக நான் இங்கிருக்கிறேன். ஆனால், அந்த மதுசூதனனுக்குக் கொல்லத்தானே தெரியும்? மதுவைக்

கொன்றான், முரனைக் கொன்றான், நரகனைக் கொன்றான். அவர்களெல்லாம் அவனுக்கும் உலகிற்கும் பகைவர்கள். அவர்களைக் கொன்றது சரி. ஆனால், நான் அவனுக்குப் பகையா? என்னைக் கொல்லமுயல்வது சரியா? அவன் என்னை நினைக்கிறானா என்றுகூடத் தெரியவில்லையே!

மஞ்சுளக் கொடிகள் நிறைந்த இந்த இடத்தை நானா தேர்வு செய்தேன்? கண்ணன்தான் தேர்வு செய்தான். இந்த இடத்தில் தங்குமிடம் இருக்க வேண்டும், இங்கே படுக்கை இருக்க வேண்டும், இப்படியெல்லாம் அலங்காரம் செய்யப்பட்டிருக்க வேண்டும் என்று பார்த்துப்பார்த்து ஏற்பாடுகள் செய்தான். இதோ வருகிறேன் என்று சொல்லிப்போனான். போனவன் இன்னும் வரவில்லையே! அவன் இப்பொழுது வருவான், அப்பொழுதுவருவான் என்று காத்துக்காத்து வேறு எங்கும் போகமுடியாமல் இருக்கிறேன். அவன் தேர்வு செய்த இடத் துக்கு அவன் வருவதுதானே முறை! அவன் நிச்சயம் கிளம்பி யிருப்பான். அவன் வரும் வழியில், யாராவது பெண்ணொ ருத்தி அவனை வழிமறித்திருப்பாளோ? இல்லையென்றால், அவனது உறவினர் யாரேனும் வந்துவிட்டார்களோ! அவர் களோடு உறவாடி மகிழ்ந்துகொண்டிருக்கிறானோ?

ஒரே இருட்டாக இருக்கிறதே! வெளியில் பார்த்தாலே பயமாக இருக்கிறதே! இங்கே வருகிற வழியில், பாதையை மறந்து வேறெங்கேனும் சென்றுவிட்டானோ? காட்டுக்குள்ளே எத் தனையோ பள்ளங்கள் இருக்குமே! எதிலாவது தவறி விழுந்து விட்டானோ? என்மேல் உள்ள அன்பினால் வந்து கொண் டிருக்கும் அவன், உடல் மெலிவால் மேற்கொண்டு நடக்க வலுவின்றித் தளர்ந்துவிட்டானோ? என்ன காரணம் என்று தெரியவில்லையே!'

கண்ணனை அவன் இருக்குமிடத்திற்குச் சென்று அழைத்து வருகிறேன் என்று சொல்லிச் சென்ற தோழி, முகத்தைத் தொங்கப் போட்டுக்கொண்டு வருகிறாள். 'அவனுடைய மோசமான நடவடிக்கையைப் பார்த்து, தோழிக்கே வெறுப்பு

வந்திருக்கவேண்டும். என்னிடம் எப்படிச் சொல்லுவது என்று தயங்கித்தான் முகத்தைத் தொங்கப் போட்டுக்கொண்டு வருகிறாள்!' என்று தானாகவே கற்பனை செய்துகொள்கிறாள் ராதா. அவன் பெண்களினிடையே காமப்பித்தம் கொண்டு கேளிக்கைகள் செய்துகொண்டிருப்பதாக எண்ணுகிறாள். எண்ணுவது மட்டுமல்ல. அத்தகைய காட்சிகளைக் கண்ணால் கண்டதுபோல் பேசுகிறாள். தோழியிடம், 'ஏன் வருத்தமாக வருகிறாய்?' என்று கேட்காமலேயே, படபடவென்று பொரிந்து தள்ளுகிறாள். ராதையின் அந்தப் பொறாமையைப் பற்றிச் சொல்கிறது பதினான்காவது அஷ்டபதி.

17. வியர்த்த மார்பிலே விழுந்து படுக்கிறாள்!

ஸர்க்கம் 7 அஷ்டபதி 14

இல்லாத ஒன்றை இருப்பதாக ராதை கற்பனை செய்துகொள்கிறாள். கண்ணன் யாரோ ஒரு யுவதியுடன் களித்துக் கொண்டிருப்பதாக அவள் கண்களுக்குத் தெரிகிறது. அது வெறும் மனப்பிராந்தி என்பது அவளுக்குப் புரியவில்லை. இப்படித்தான் ஜீவாத்மா, பரமாத்மா வைப் பற்றி எண்ணும்! பரமாத்மா வேறு ஜீவாத்மாவுக்கு இடம் தந்து இணைத்துக் கொள்வதாகவும், தனக்கு எங்கே பரமாத்மாவின் அருள் கிடைக்கப் போகிறது என்றும் எண்ணும். ஆனால், பரமாத்மா அந்த ஜீவாத்மாவுக்காகக் காத்திருப்பதும் அதைத் தொடர்வதும் தெரியாது. இங்கே ராதா அந்த ஜீவாத்மா வின் நிலையில்தான் இருக்கிறாள்.

உண்மையில்லாததை உண்மை என்று நிஜமாகவே நம்பும் கற்பனை நிகழ்ச்சி, அவளை அல்லல்படுத்துகிறது. தனது தோழியிடம் சொல்கிறாள்:

'அதோ பார் தோழி! மன்மதக் கலையில் இருவரும் கைதேர்ந்தவர்கள்போல் தெரிகிறது. பார், பார். அவர்கள் என்னவெல்லாம் செய்கிறார்கள்? லஜ்ஜையில்லாமல் ஆடும் அவர்கள் ஆட்டத்தில், அவளது கூந்தல் கலைந்து தொங்குகிறது. அதிலே சுற்றியிருந்த மாலையும் அவிழ்ந்து விழுகிறது. பார், பார். என்ன தாகம், என்ன வேகம்? யாரோ ஒரு பெண்ணுக்கு அந்த யோகம் கிடைத்திருக்கிறது. அவள், பாக்கியம் செய்த அதிகுணவதிதான். இல்லையென்றால் இந்தப் பேறு கிடைத்திருக்குமா?

எவ்வளவு இறுக்கமாக அணைத்துக்கொண்டிருக்கிறான் பார்! ஆனால், அவ்வளவு இறுக்கமும் அவளைத் துன்பப்படுத்தவில்லை. அது அவளுக்குத் தேவைப்படுகிறது. அவளது இன்பவெறி கூடுகிறது. விட்டுவைப்பாளா? அந்த வெறியால் அவள் என்ன ஆட்டம் போடுகிறாள் பார்? அந்த ஆட்டத்தில் அவள் மார்பிலும் அவன் மார்பிலும் அணிந்திருக்கும் மலர் மாலை கசங்கிப்போய் தானும் வெறியேறி ஆடுகிறது.

சந்திரனில் இருக்கும் கறுப்புக் கறையைப் போல, அவள் நெற்றியில் புரள்கிற சுருள்முடி திகழ்கிறது. கண்ணனுடைய இதழமுது பருக நெருங்கி அவன் இதழில் வாய் பொருத்தும் போதே அதீதப் பரவசநிலை எய்தி மயக்கத்தில் ஆழ்ந்து விடுகிறாள்.

அவனுடைய அழகிய செவிகளில் அணிந்துள்ள குண்டலங்கள் ஆடி, அவள் கன்னத்தை வருடும். இதில் வேடிக்கை பார்த்தாயா? அவனுடைய மேனி மட்டுமன்றி, அவனுடைய அணிமணிகளுமல்லவா தன் பங்குக்கு அவனுடன் சேர்ந்து அவளுக்குப் பரவசமூட்டுகின்றன! அணிகளோடு அணிகள் குலவுவதைப்போல அவளுடைய மேகலையில் அணிந்திருக்கும் மணிகளுக்கும் ஆனந்தம் பிறந்துவிடுகிறது. தாமும்

பங்குபெறவேண்டுமென்ற ஆசையில் ஆடி ஆடி இனிய ஒலி எழுப்புகின்றன.

அவனை அவள் பார்க்கும்போது அவள் நாணத்தின் வசப்பட, கூச்சத்தால் அவள் உடல் வளைந்து நெளியும். பிறகு படிப் படியாக நிகழும் நிகழ்ச்சிகளில், நாணம் துறந்த உடல் இணையும்போது அவளுடைய வாயிலிருந்து கிளி, குயில் போன்ற பறவைகள் பேசுவது போலவும் பாடுவது போலவும் பொருளற்ற ஒலி எழுந்து கிளுகிளுப்பூட்டும்.

அவள் அவனோடு கூடும்போது அவள் உடல் இயங்குகிறது. அவளது உள்ளம் அந்தச் சொர்க்கபோகத்தில் எங்கோ பறந்து போய்விடுகிறது. பிறகு எல்லாம் முடிந்த பிறகு, ஒருவித மயக் கத்தில் அவளுடைய மலர்விழிகள் மூடுகின்றன. தனக்குக் கிடைத்த இந்த வாய்ப்பு, மீண்டும் எப்போது கிடைக்குமோ என்ற ஏக்கத்தில் அவளிடமிருந்து பெருமூச்சு வெளிப் படுகிறது.

உழைப்பின் வெற்றி, அதனால் பெறும் வியர்வையில் தெரி யும். மன்மத லீலையின் வெற்றியும் அப்படியே! மன்மத லீலை முடிந்தபிறகு, கூடி மகிழ்ந்த அந்தப் பெண்ணுக்கும் கண்ணனுக் கும் வியர்க்கிறது. வியர்வையும் வியர்வையும் இணைய வேண்டும் போலும்! அவனது வியர்த்த மார்பிலே, அவள் மெல்ல விழுந்து படுக்கிறாள். அதில்தான் அவளுக்கு எத்தனை மகிழ்ச்சி!

ராதைக்கு, சுய நினைவு வந்துவிடுகிறது. தான் கண்டதெல் லாம் கற்பனையே என்பது புரிந்துவிடுகிறது. தன்னை எண்ணி, கண்ணன் விரகதாபத்தால் உருகுகிறான் என்பதை உணர்கிறாள். அவனுடைய உடல், விரகதாபத்தால் நீலநிறம் மாறி வெளுப்பாகிவிடுகிறது. அதுபோலவே வெண்ணிலா வெளுத்து வருகிறது. கண்ணன் தன்னை எண்ணி விரகத்தில் உழல்கிறான் என்பதறிந்து மகிழ்ச்சி. விரகத்தால் வெளுத் திருக்கும் கண்ணன் நிறத்தை வெண்ணிலா பெற்றிருப்பதால், அதுவும் மகிழ்ச்சி தருகிறது. ஆனால், மன்மதனால் தாக்குதல்

பெற்ற கண்ணனின்மேல் கொண்ட ஆசை அவளை உருக்கு கிறது. அதனால் துன்பம். அதுமட்டுமல்ல! மன்மதனின் நண்ப னான வெண்ணிலா, எங்கே ராதைக்கு தான் மகிழ்ச்சியைக் கொடுத்தால் மன்மதன் கோபித்துக்கொண்டு விடுவானோ என்று எண்ணி விரகத் துன்பத்தைக் கொடுக்கிறது. 'ஒரே சமயத்தில், மகிழ்ச்சியும் துன்பமும் விளைந்து என்னைத் தடு மாறச் செய்கின்றன!' என்கிறாள் ராதா.

18. கண்ணனது மார்பில் கோபிகையின் பாதம்!

ஸர்க்கம் 7 அஷ்டபதி 15

இந்த அஷ்டபதி 15-ல் ராதையின் மனம் கற்பனைக்கும் நனவுக்கும் இடையே அல்லாடுகிறது. சற்றே தெளிவுபெற்று உண்மைநிலையை உணர்ந்திருந்தவள், மீண்டும் நடக்காத ஒன்றை நடப்பதாகக் கற்பனை செய்யத் தொடங்குகிறாள். கண்முன்னே கண்ணனின் லீலைகளைக் கற்பனையாகக் கண்டு பேசுகிறாள்.

'தோழி! என்னால் தாங்க முடியவில்லை. கண்ணன் கேளிக்கைக்கு ஏற்ற உடையணிந்த ஒரு பெண்ணுடன் *சரசமாடச்* சென்றுவிட்டான். அதோ பார்! அவளுடைய எழில் முகத்திலே கஸ்தூரி திலகம் இடுகிறான். அதேசமயம் நெருங்கியிருக்கும் அவன் இதழில் அவள் முத்தமழை

பொழிகிறாள். அதில் திளைக்கிறான். அவன் இட்ட திலகத்தால் அவள் முகம் அழகு பெறுவதைக் கண்டு அவள் மகிழ்கிறாளோ இல்லையோ, கண்ணன் முகத்தில் மகிழ்ச்சியின் ஒளி ஏறுகிறது.

கண்ணன், அப்பெண்ணின் கருமேகம் போன்ற கூந்தலைப் பின்னிப் பூச்சூடுகிறான். அது கருமேகங்களை வெட்டிச் செல் லும் மின்னலைப்போல ஒளிர்கிறது. கண்ணன் அவளுக்குச் செய்த அலங்காரத்தைக் கண்டு, மன்மதன் மான் உருவில் மயங் குகிறான். மன்மதனே மயங்குகிறான் என்றால், இளைஞர்கள் மயங்க கேட்கவா வேண்டும்?

அடிபரந்து குன்றென நிமிர்ந்த அவளது இரண்டு முலைகளிலும் கஸ்தூரி, பூசப்பட்டிருக்கிறது. அவனுடன் அவள் கொண்ட சரசத்தில், கண்ணனது நகம் அவள் மார்பில் எழுதிவைத்த அகில் குழம்பில் சித்திரமாகப் பதிவாகியிருக்கிறது. அவனுக்கு இன்பம் கொடுத்த அவளுக்குப் பரிசாக முத்துமாலையொன்றை கழுத்தில் இடுகிறான். அது வானத்து நட்சத்திரங்களைப் போல மின்னுகிறது.

அவளது உள்ளங்கைகள், செந்தாமரை இதழ்களைப் போன்ற வண்ணமும் மென்மையும் கொண்டு இருக்கின்றன. அவளது கரங்களில், நீலமணி வைரம் பதித்த கல்வளையல் அணிகிறாள். அது பார்ப்பதற்கு, செந்தாமரையைச் சுற்றும் கருநீலவண்டுகள் போல் தெரிகிறது.

மன்மத லீலைக்கு ஏற்ற தடமும் அதை ஒட்டிய இடங்களும், மணம் பூசப்பட்டுக் கவர்கின்றன. அவளது இடையைச் சுற்றிய மேகலை யில் மிக அழகான மணிகளை அவன் கோக்கிறான். அது ஆலய வாசலில் கட்டிய தோரணம்போல் ஒளிர்கின்றது.

அந்த அழகிய பெண்ணுக்கு என்ன தைரியம் பார்! எல்லாம் அவன் தருகிற இடம். அவனுடைய மார்பில் அவள் தன் பாதத்தைத் தூக்கிவைக்கிறாள். அவன் மார்பு சாதாரண மார்பா! திரு வதிக்கிற மார்பல்லவா? அவ்வழகிய பாதங்களைப் பிடித்து அவற்றிலே நலுங்கிடுகிறான் கண்ணன்.

கலப்பையை ஆயுதமாகக் கொண்ட பலராமனின் தம்பி, அவனையே சரணம் என்றிருக்கும் என்னை விட்டுவிட்டு வேறு எவளுடனோ களிக்கின்றான். தோழி! இப்படிப் புலம்பிக் கொண்டு நான் இங்கிருப்பது வீண். எனக்கு நிச்சயமாகத் தெரிகிறது. அவன் என்னை வெறுக்கிறான். (கலப்பையை ஆயுதமாகக் கொண்ட பலராமனும் பிருந்தாவனத்தைச் சேர்ந்த வன்தானே! அவன் இப்படியா அலைகிறான்? அவனுக்குத் தம்பி என்று சொல்லிக்கொள்ள வெட்கமாயில்லை என்பது குறிப்பு)

தான் எவ்வளவோ எடுத்துச்சொல்லியும், கண்ணன் ராதையிடம் வரவில்லையே! ஒருவேளை, நான் தூது சென்று சரியாக அவனிடம் செய்தி சொல்லவில்லை என்று ராதை நினைப் பாளோ என்று தோழி வருந்துகிறாள். அவளது துயரம் தோய்ந்த முகத்தைப் பார்த்த ராதை, அவளுடைய உள்ளத்தைப் புரிந்துகொண்டவளாக அவளிடம் பேசுகிறாள்.

'என்னருமைத் தோழியே, நீ வருந்தாதே! உன்மேலே எந்தக் குற்றமும் இல்லை. நான் சொன்ன சேதியை நீ சரியாகத்தான் அவனிடம் எடுத்துச் சொல்லியிருக்கிறாய். அவன் கல்நெஞ்சக் காரன். இதயமில்லாதவன். அவன் இங்கு வராததற்கு நீ என்ன செய்யமுடியும்? அவனை நாடிய பெண்களுடனே சரசமாடிக் கொண்டிருக்கிறான். நானொருத்தி அவனுக்காக, அவனுக்காக மட்டுமே இங்குக் காத்துக்கிடக்கிறேன். ஆனால், அவனுக்கு அப்படியில்லையே! எனக்காக மட்டுமா அவனிருக்கிறான்? அவனுடைய இயல்பே இப்படித்தான்! இதற்குப்போய் நீ ஏன் கவலைப்படுகிறாய்? எவ்வளவுதான் அவனை வெறுக்க வேண்டும் என்று நினைத்தாலும், அவன் நினைவும் பழைய நிகழ்வுகளும் என்னைத் தின்னுகின்றன. திண்டாடுகின்றேன் நான்!'

ராதையின் தாபம், கோபமாகவே மாறிவிடுகிறது. 'நீ இனி தூது போக வேண்டாம் தோழி!' என்று சொல்லும் அளவுக்கு கண்ணன்மேல் ஆத்திரம் ஏற்பட்டுவிடுகிறது அவளுக்கு. 16-ம் அஷ்டபதி அதைத்தான் சொல்கிறது.

19. வனமாலியைச் சுவைக்கும் வஞ்சகி

ஸர்க்கம் 7   அஷ்டபதி 16

ராதையின் மனநிலையை என்ன வென்று சொல்வது? கனவுக்கும் நனவுக்கும் வித்தியாசம் தெரியாத நிலைக்கு, அவள் மீண்டும் தள்ளப்படுகிறாள். கண்ணனோடு இன்னொரு பெண் களிப்பதை நேரிடையாகப் பார்க்கிறாள். கற்பனைதான் என்றாலும், அவள் மனநிலையில் அது உண்மையாகத் தெரிகிறது. தோழியிடம், தான் கண்ட காட்சியைக் கூறுகிறாள். 15வது அஷ்டபதியின் தொடர்ச்சியாக இதைக் கொள்ளலாம்.

'தோழி! அதோ! கண்ணனோடு இருப்பவள் பேறுபெற்றவள். வனமாலியை எல்லாவகைகளிலும் சுவைக்கிறாள் அந்த வஞ்சகி!

அவனது அழகிய விழிகள் கருங்குவளை மலர்போல் தோன்று கின்றன. அங்குமிங்கும் அலைபாய்கின்றன. அவள் கண்ண னுடன் படுக்கையில் சயனித்திருப்பதால், அவளுக்குப் படுக்கை நோகுமா? என்னைப் பார்! நொந்துகொண்டே இருக்கிறேன்.

தாமரை மலரை வெல்லும் அவன் முகத்தின் அழகு. அந்த அழகை, அருகிலிருந்து அனுபவிக்கிறாள் ஒருத்தி. இப் பொழுது காமனின் அம்பு தாக்க நான் விரகத்தால் பயந்து நடுங்கிக்கொண்டிருக்கிறேனே! அப்படி அவள், மன்மத னுக்குப் பயப்படத் தேவையில்லை. அவள்தான் அவன் அருகிலேயே இருக்கிறாளே!

அவன் பேச்சு மதுரமாக இருக்கிறது. அவனது ஒவ்வொரு சொல்லும் தேனைச் சுமந்துவருகிறது. அவனது சொற்கள் காதுக்கும், காதின் வழி மனத்துக்கும், மனத்தின் வழி மெய்க் கும், மெய்யின் வழி கண்களுக்கும், மெய்ப்பாட்டு உணர்ச்சித் துடிப்பால் வாய்க்கும், ஏன் பஞ்ச இந்திரியங்களுக்குமே இன்பம் அளிக்கிறது. அப்படியிருக்கும்போது, என்னை வருத்துகிற தென்றல் அவளை வருத்துமா? அது இன்பத்தை மேலும் கூட்டும்!

இந்தத் திங்களுக்கு என்ன வந்தது? அதன் அமுத கிரணம் என்னை வாட்டும் கிரணமாக இருக்கிறது. ஆனால், அவளைப் பார்! இதே திங்கள் அவளுக்கு இன்பமளிக்கிறது. ஏன்? அவ னுடைய மென்மையான பாதங்களைப் பிடிக்கிறாள். தாமரை யினும் மென்மையான அவனது கைகள் அவளைத் தழுவு கின்றன. அவளுக்கு எல்லாமே துணைசெய்கின்றன.

அவன் கார்முகில் வண்ணன். அவனைக் காணாமல் நான் துயரமுற்றிருக்கிறேன். ஆனால், அவளுக்குத் துயரமோ அல்லது அவன் வரவில்லையே என்ற கோபமோ உண்டா?

பொன்மயப் பீதாம்பரம் அணிந்திருக்கிறான். அவனுடைய ஒளி, அந்த ஆடைக்கே ஒரு சோபையைக் கொடுக்கிறது.

அவனுடன் கூடிக்களிக்கும் அவளுக்கு ஏது கலக்கம்? நான் அலைகிற அலைச்சலைக் கண்டு, என்னை ஊர் புறம்தூற்று கிறது. அவளுக்கு அந்தப் பேச்சில்லை.

அவனைப்போல் இளமைத்துடிப்புள்ளவர் யார்? சாமுத்திரிகா லட்சணங்கள் யாவையும் அமையப்பெற்றவன் அவன். அவனது எழிலைக்கண்டு, பெண்கள் மட்டுமல்ல உலக மனைத்திலும் உள்ள அனைத்து ஜீவராசிகளும் மயங்கு கின்றன. அந்த எழில்குமரன் இப்போது அவள் பக்கத்தில் இருக்கிறான். அவள் அவனிடம் இன்பம் அனுபவித்துக் கொண்டிருக்கிறாள். துயரம் என்ற சொல்லுக்கே அங்கே இடமில்லை. இன்பம் இன்பம் இன்பம்தான்!

சந்தன வாசத்தைச் சுமந்து, குளிர்ச்சி பொருந்த வீசுகின்ற தென்றல்காற்றே, என்னை வதைக்காதே! கண்ணன் என் னோடு இல்லை என்பது தெரியுமல்லவா? கருணைகாட்டு. காமத்தைக் கூட்ட அம்புவிடும் அந்த மன்மதனுடன், நீயும் கூட்டுச் சேர்ந்துகொண்டாயா? அவன்தான் சொன்னபடி கேட்கமாட்டான். நீயாவது என்னிடம் கருணைகாட்டு!

எல்லா உலகிலும் படைப்பு நிகழ்வதற்காக, தனது அம்புவிடும் தொழிலைச் செய்கின்ற மன்மதனே! எனக்கு ஒரு உதவி செய்! கண்ணனை இங்கே ஒரு கணநேரம் கொண்டுவந்து என் கண்முன்னே காட்டு! நான் ஒரே ஒரு கணம், என் கண்களால் அவனைப் பார்க்கிறேன். அதுபோதும் எனக்கு. பிறகு, நான் சாவதற்குத் தயார். என்னை நீ எடுத்துக்கொண்டு போய் விடலாம்.

எவை எவை எனக்கு உதவும் என்று நினைத்தேனோ, அவை எவையும் எனக்கு உதவவில்லை. கண்ணனைத்தான் நான் எப்போதும் நினைத்துக்கொண்டிருக்கிறேனே! பின் ஏன் எனக்கு அவை உதவவில்லை? எனக்குத் துணை என நம்பிய தோழியும், எனக்குச் சாதகமாக இல்லை. என்னைப் புரிந்து கொள்ளாமல் அவள் கண்ணனையே ஆதரித்துப் பேசுகிறாள். இதமாக வீசவேண்டிய தென்றல் காற்று நெருப்பாகச் சுடுகிறது.

இருளில் எனக்குத் துணையாக வரவேண்டிய நிலவு நஞ்சாக மாறிவிட்டது. என்னைக் கொன்றுவிட்டுத்தான் மறுவேலை பார்க்கும்போல் தெரிகிறது. எது எப்படியானாலும் எனது மனநிலையில் மாற்றமில்லை. அவனைத்தான் சதாசர்வ காலமும் நினைத்துக்கொண்டிருக்கிறேன்.

காதலே ஒரு விசித்திரம்தானோ! அதன் விளைவுகளுக்குக் காரணமுமில்லை. எதிர்த்துவரும் தடைகள் ஒரு பொருட்டு மில்லை. எல்லாவற்றையும் மீறிப்பாய்கிறதே!

இனி, திங்களையும் தென்றலையும் மன்மதனையும் கெஞ்சிப் பயனில்லை. ஒருவழியாக ஒழிந்துபோகிறேன். எல்லாம் அவனால் வந்தது. இனி நான் என் வீட்டுக்குத் திரும்பிப் போகமாட்டேன்

மலயமலைத் தென்றலே வா, வா. உன் வலிமையைக் காட்டு!

காமக்கலை நாயகா! மன்மதா! உனக்கும் முழு அனுமதி தந்துவிடுகிறேன். உன் மலர் அம்புகளை வீசி என்னைத் தாக்கிக் காயப்படுத்தி, இந்தக் காயத்தைச் சாய்த்திடு.

அலைபாய்கின்ற யமுனையே! நீயும் ஒரு பெண்தானே! உனக்கும் என்னிடம் தயவில்லையா? நீ உயிரெடுக்கும் யமனின் சகோதரிதானே! உன்னிடம் எப்படித் தயவை எதிர் பார்க்க முடியும்? என்னை உன் ஆழத்துக்குள் எடுத்துச் சென்று அமிழ்த்திவிடு! அப்படியாவது எனது சுரம் ஒரேயடி யாகத் தணிந்து போகட்டும்!'

20. நகக்கீறல்களால் உரிமை சாசனம்

ஸர்க்கம் 8 *அஷ்டபதி 17*

கண்ணன்மீது கொண்ட காதல் விரகத் தாலே வேல்பாய்ந்ததுபோல வேதனை கொண்ட ராதை, ஒருவாறு இரவைக் கழித்துக் காலையில் கண்விழித்தாள். அவள்முன் கண்ணன் வந்து நின்றான். அவளிடம் மன்னிப்புக்கேட்டு காலில் விழுந்தான். அவள் மனத்தை மகிழ்விப் பதற்காக நயமான வார்த்தை களைக் கூறி, அவள் தயவை வேண்டி நின்றான். அவன் அப்படி நின்றபோது ராதைக்கு, கோபியருடன் அவன் கொஞ்சிக் குலா வியது நினைவில்வர, கடுமையான பொறாமையினால் கோபம் கொண்டு அவனிடம் சீறினாள்

'கண்ணா, பொய்வேடம் போடாதே! நல்லவனைப்போல் பேசுகிறாயே! உன்

கண்களே உன்னைக் காட்டிக்கொடுத்துவிடுகின்றன. இர வெல்லாம் யாரோ ஒரு பெண்ணுடன் நீ சரசமாடிய செய் தியை, உன் கண்களின் ரத்தச்சிவப்பு காட்டிக்கொடுக்கிறது. உன் இரண்டுவிழிகளின் சலனம், அவளிடம் நீ கொண்ட காமத்தினைக் காட்டுகிறது. அவளைத் தேடி அலைபாய் கின்றன.

மாதவா, போ போ! கேசவா, போ போ! இனியும் உன்னுடைய வார்த்தை மாய்மாலங்களைக் கேட்டுக்கொண்டிருக்க நான் தயாரில்லை. செங்கண்ணா, போ போ! அவளிடமே போ! அவளே உனது தாகத்தைத் தீர்ப்பாள்!

கண்ணா! நீயும் கறுப்பு, உன் இதழும் கறுப்பு. அடடா எவ் வளவு ஒற்றுமை! அந்த மைதீட்டிய பெண்ணின் விழிகளில் முத்தமிட்டபோது, அவள் கண்மை உன் உதட்டில் ஈஷிக் கொண்டுவிட்டது. உன் இதழும் கறுப்பாகிவிட்டது. கறுப் பனே! என் முன் நிற்காதே, இங்கிருந்து போய்விடு!

இதோ பார்! உன் உடம்பெல்லாம் வரிவரியாக நகக்கீறல்கள். யார்செய்த கோலமிது? அவள்தானே! இந்தவரிகள் என்ன தெரியுமா? அவள் நகமெனும் எழுத்தாணியால் பொன்னிற மையைத் தொட்டு, உன்னுடைய கரும்பச்சை உடலிலே அவள் தீட்டிய உரிமை சாசனம் இது. நீ அவளுடைய உரிமை என்று நிலைநாட்டியிருக்கிறாள்.

உன் அகன்ற மார்பில் எப்படி வந்தது இந்தச் செம்பஞ்சுக் குழம்பு? அவள் பாதங்களில் அணிந்திருந்த நலுங்குதானே? அதெப்படி பாத நலுங்கு உன் மார்பினில்! ஏறி மிதித்தாளோ? அல்லது.. அது எப்படியிருக்கிறது தெரியுமா? காதல் மரத்தில் செம்மையான இளந்தளிர்கள் முளைத்துப் படர்ந்திருப்பதைப் போல் தெரிகிறது! இப்படியும் ஒரு பெண், மார்பில் கால் வைக்கும்வரை பார்த்துக்கொண்டா இருந்தாய்? உனக் கெங்கே தெரியப்போகிறது! நீதான் அவள் மயக்கத்தில் வீழ்ந் திருப்பாயே! இங்கே நிற்காதே. உடனே போய்விடு!

கண்ணா! நீ என்னை நன்றாகத் தெரிந்துகொள்ள வேண்டும். உன் இதழிலே அவளுடைய பற்குறியைக் காண்கிறேன். உனக்கு வலித்திருக்குமே என்று எண்ணும்போது எனக்கு வலிக்கிறது! கண்ணா! இதிலிருந்து உன் உடலும் என் உடலும் ஒன்றுதான், வேறு வேறு இல்லை என்பது உனக்குத் தெரிய வில்லையா? உன்னைக் கடித்துவிட்டு அந்தச் சிங்காரி போய் விட்டாள். நானல்லவா வலியில் துடித்துக் கொண்டிருக் கிறேன்? உனக்கது எங்கே தெரியப்போகிறது? கண்ணா, என் முன் நிற்காதே. போய்விடு!

கண்ணா! உன் உடல்நிறத்தைப்போல உன் மனமும் கறுப் பாகிப் போய்விட்டது. இல்லையென்றால், உனக்காக இடை விடாமல் ஏங்கித் தவிக்கும் என்னை இப்படிக் கைவிட்டு வேறு எவருடனோ சல்லாபம் புரிவாயா? இப்பொழுது வந்து காலில் விழுந்து என்ன பயன்? எல்லாம் நாடகம்! எனக்குத் தெரியும். நான்தான் உன்னை நினைத்துக்கொண்டிருக் கிறேனே தவிர, நீ சிறிதும் என்னை நினைப்பதில்லை. நினைத் திருந்தால் இப்படிச் சிங்காரச் சின்னங்களைச் சுமந்துகொண்டு என்னெதிரே வந்து நிற்பாயா? போ போ, உடனே போய்விடு!

பெண்களுக்குத் துயரத்தைக் கொடுப்பது என்பது, உன் சிறு பிராயத்திலிருந்தே வந்த பழக்கம் என்பது எனக்குத் தெரியும்! ஆரம்பத்திலிருந்து உனக்கு அதுதானே தொழில். சின்ன வயதில் பூதனை என்ற பெண்ணைக் கொன்றவன்தானே நீ! பெண்களுக்குத் தொல்லை கொடுப்பதற்கென்றே நீ திரிகிறாய் (பூதனை என்ற பெண் அரக்கியை கண்ணனின் மாமன் கம்சன் ஏவிவிட, அவள் அழகான பெண் உருவம் எடுத்துக்கொண்டு வந்து சிறுகுழந்தையான கண்ணனுக்குப் பால்கொடுத்து கொல்ல முயன்றபோது, குழந்தை கண்ணன் அவளை வதைத் தான்).

'கண்ணா! உன்னுடன் கூடியவர்களின் பாதச் சின்னமானது உன் மார்பில் செம்பஞ்சுக் குழம்பாகப் பதிந்திருக்கிறது. இது எதைக் காட்டுகிறது தெரியுமா? உன்னுள்ளே கொழுந்துவிட்டு

எரியும் ஆசைத் தீதான் உன் மார்பிலும் செந்தீயாகத் தெரிகிறது. நான் உன்னையே நினைந்திருக்கிறேனே! உன்மேல் எவ்வளவு ஆசையாக இருக்கிறேன்? ஆனால், என் ஆசைகளையெல் லாம் தகர்த்தெறிந்துவிட்டாயே! என் முன்னே நிற்பதற்குக்கூட உனக்கு அருகதை இல்லை. உன் செயலால் என் மனம் புண்ணாகிவிட்டது. என் எதிரில் நிற்காதே! வெட்கம், வெட்கம்!'

21. ஏனடி இழக்கிறாய் சுகத்தை?

ஸர்க்கம் 9   அஷ்டபதி 18

பாவம் ராதை! காதல், அடக்கமுடியாமல் பொங்கிப் பொங்கி வருகிறது. ஆனால், கண்ணன் அதற்கு ஏற்றவனாக நடந்துகொள்ளவில்லை. அந்த வருத்தத்தால் கண்ணீர் சிந்தி அல்லல்படுகிற ராதையின் மனநிலையை அறிந்த தோழி, கண்ணனிடம் தேவைக்கதிகமாக அவள் கோபப்படுவதாக எண்ணுகிறாள். எனவே அவளது மனநிலையை மாற்ற எண்ணி, மிக அன்போடும் ஆதரவோடும் அதேசமயம் அறிவுரை சொல்லும் தொனியிலும் பேசுகிறாள்.

'அடி பேதைப் பெண்ணே! நல்ல மணம் வீசுகிற காற்று வெளியை நிறைத்த போது, உன் ஹரி உன்னைத் தேடி வந்தான். அவனை நீ விரட்டியடித்துவிட்

டாய். அவனுடைய காதல் சுவையை மிஞ்சும் சுவை வேறெங் கேனும் உண்டா? அவன் வராவிட்டால் வருந்துகிறாய்; வந்தால் விரட்டுகிறாய்! விசித்திரமாக இருக்கிறது. அவன் மேல் இனிமேல் கோபப்படாதே!

உனக்குக் கோபம் வந்து அவனை விரட்டுகிறாய். உனக்கு அவன் இப்பொழுது தேவையற்றவன்போல் நடிக்கிறாய். ஆனால், உன் தேகத்தைக் கேட்டுப்பார். ஒவ்வோர் உறுப்பும் அவனுக்காக ஏங்குகிறது. பனம்பழம்போல் பருத்துக் கனிந் திருக்கும் அழகிய முலைகள் உனக்கிருந்து என்ன பயன்? அவை கண்ணனது கைபடுவதற்காக ஏங்கித் தவிக்கின்றன. அப்படியிருக்கும்போது, வீண்கோபத்தாலும் அசூயையாலும் பிடிவாதத்தாலும் ஏனடி அந்தச் சுகத்தை இழக்கிறாய்?

கண்ணனை என்ன சாதாரணமானவன் என்றா நினைத்தாய்? அவன் கொடுக்கும் சுகத்தை அனுபவிக்க, எத்தனைபேர் போட்டி போடுகிறார்கள்! ஆனால், அவனோ உன்னைத் தேடி வந்தான். அவனை வெறுத்து ஒதுக்காதே! அவன் அதிசய மானவன் என்று எத்தனையோ முறை உனக்கு எடுத்துச் சொல்லிவிட்டேன்.

கேட்கமாட்டேன் என்கிறாய். அவனை ஒதுக்கினால் உனக்குத் தான் இழப்பு. நன்றாகத் தெரிந்துகொள். அவனை வெறுத்து ஒதுக்காமல் இணங்கிப்போ!

அடியே ராதே! வீணாக ஏன் அழுகிறாய்? வந்த வாய்ப்பை, தனது மமதையால் விட்டுவிட்டுத் தவிக்கிறாய்! அழுகிறாய்! இந்தப் பைத்தியத்தைப் பார் என்று உன் தோழிகளே கேலி பேசுகிறார்கள். அதுகூடவா உனக்குத் தெரியவில்லை? அனாவசியமாகக் கோபப்படாதே!

ஹரி வருவான், கவலைப்படாதே! மீண்டும் வந்தால் அவனை விட்டுவிடாதே! தாமரையின் மெல்லிதழ்கள் பரப்பிவைத் துள்ள ஆசனத்தில் அவனை அமரச்செய். உன் கண்களுக்குத் தீனி கொடு.

அவை, அவனைப் பார்த்து மகிழட்டும். அவற்றின் மகிழ்ச்சி, உனக்கும் ஆனந்தம் கொடுக்கும்.

உன் வறட்டுப் பிடிவாதத்தை விடு. அது உனக்கு, துயரத்தைத் தான் கொடுக்கும். இதுதான் நல்ல சமயம்! நான் சொல்வதைக் கேள். உங்கள் இருவருக்கிடையே உள்ள கருத்துவேறுபாடு நீங்கும். நீ களிக்கலாம். அவன் வந்தால் அவனுக்கு ஆட்பட்டு விடு. இணங்கு.

ஹரி இன்னும் சற்று நேரத்தில் வந்துவிடுவான். நீ அவனை வெறுத்து ஒதுக்கினதைக் கேட்டும், அவனால் உன்னைவிட்டு இனியும் விலகியிருக்க முடியாது. உன்னுடன் அன்பாகப் பேசுவான். எனவே வருந்தாதே! அவனோடு கூடிக் குலாவ லாம். அவன் உன்னைவிட்டுப் பிரிந்துசெல்ல மாட்டான். தனிமை இல்லை, இனிமைதான் இனி!

ராதே! மிக மிக ஆசையோடும் தீராத தாகத்தோடும் உன்னை நாடி, கண்ணன் வந்தான். ஆனால் நீயோ, அவனைச் சினந்து ஒடுக்கி விட்டாய்! உன்னை அலட்சியப்படுத்தி உன்னிடமிருந்து ஒதுங்கி யிருந்தது தவறு என வருந்தி, கண்ணன் உன் காலில் விழுந்து மன்னிப்புக் கேட்டான். ஆனால், சாதாரணமாக எவருக்கும் இருக் கும் மன்னித்தல் என்ற குணம் சிறிதும் இன்றி அவனை உதாசீனப் படுத்திவிட்டாய். அவன் உதாசீனப்படுத்தினான் என்பதுதானே உன் வருத்தம்? அதைத்தானே நீயும் செய்துகொண்டிருக்கிறாய்!

உன்னுடலை ஆவலுடன் தழுவி உனக்கு இன்பம் தரவேண்டும் என்றும், அவன் இன்பம் பெறவேண்டும் என்றும் காதல் உத் வேகத்தோடு உன்னை நெருங்கிவந்தான். ராதே, நீ ஊடல் கொண்டு நின்றாய்! ஊடலுக்குப்பின் வரும் கூடல் சுகம் உனக்குத் தெரியாதா? அவனை நீ மதிக்கவில்லை. நீ எப்படி மதிப்பாய்? எதைத்தான் நீ மதித்திருக்கிறாய்? தென்றல் சுடுகிறது என்கிறாய்! சந்தனம் எரிகிறது என்கிறாய், வெண்பனி கொதிக்கிறது என் கிறாய்! உன் தோழிகளின் அன்பு அறிவுரைகூட உனக்குக் கசக் கிறது. உன்னிஷ்டம்போல் நடந்துகொள்கிறாய். இப்படிப்பட்ட நீ, கண்ணனை மதிப்பாய் என்று எப்படி எதிர்பார்க்க முடியும்?'

22. அசைவுக்கு இசைபாடும் மணிமேகலை!

ஸர்க்கம் 10   அஷ்டபதி 19

இந்த அஷ்டபதியில் மூன்று உலகங்களையும் தனது திருவடிகளால் அளந்த பகவான், 'ராதே! உன் பாதங்களைக் கூட எனது திருமுடியின்மீது வைத்துக் கொள்கிறேன்! என்னைக் கோபித்துக் கைவிட்டுவிடாதே!' என்றெல்லாம் கெஞ்சுகிறான். அழகான ரசமான காட்சியை அனுபவிப்போம்.

தோழி சொன்ன அறிவுரைகளைக் கேட்டதும், ராதையின் உள்ளம் மெல்ல மெல்ல இளகியது. கண்ணன் வந்தால் என்னென்ன நடக்கும் என்று கற்பனை செய்ததால் நாணம் மீறியது. எனவே, கண்ணனின் வருகையை ஆவலுடன் எதிர்பார்க்கத் தொடங்கினாள். ஏற்கெனவே பெற்ற அனுபவத்தால்,

கண்ணன் வரும்போதே ராதையைப் போற்றித் துதிபாடிக் கொண்டு வந்தான். அவனுக்குத் தெரியாதா என்ன, எந்தெந்த சமயத்தில் எப்படி எப்படிச் சமாளிக்க வேண்டுமென்று! காமத்துடிப்பு அவன் கண்களில் தெரிய, மாலை நேரத்தில் ராதையைச் சந்திக்கவந்தான் கண்ணன். அவளைப் பார்த்து மிக அன்போடும் காதல் கொப்பளிக்கும் உணர்வோடும் பேசத் தொடங்கினான்!

'என் அன்பே ராதே! உன் உதடுகள் உச்சரிக்கும் ஒரு சிறு சொல்லுக்காகக் காத்திருக்கிறேன். கோபமானாலும் சரி, காதல் கொஞ்சலானாலும் சரி, நீ பேசவேண்டும்; நான் கேட்கவேண்டும். நீ அதிகம் பேச வேண்டாம். ஒரு சிறு சொல் சொன்னாலும் போதும். நீ பேசும்போது, உன் பல் தெரியுமல்லவா? அந்த முத்துப்பல் வரிசையின் ஒளியிலே என் துயரமெனும் இருள் வெகுதூரம் விலகிப்போகும்.

கண்ணே! உன் முகத்தில் கருணையைப் பார்க்கிறேன். அந்த முகத்தில் எனக்கு மிகவும் விருப்பமான, ஒளிவீசும் செவ்விதழ்களின் அமுதத்தைப் பருக விரும்புகிறேன். உன்னுடைய இதழ் மதியிதழாக இருப்பதால், அதன் ஒளியைப் பருகி என் கண்களாகிய சகோரம் உயிர்வாழும். அன்பே! தூய்மையானவளே! பிரிய ராதே, இன்னுமா சினம்? இப்போது தேவை சினமல்ல, நிதானம்! அதுகூட இல்லை! வேகம், காதல் வேகம்! மன்மதன் அம்புகள் விளைத்த தாபம் என்னை நெருப்பாகத் தகிக்கிறது. விரைந்து, உனது இதழ்களின் பானம் பருகக் கொடு. அப்போதுதான், தாகமும் தாபமும் ஒருவாறு தணியும்.

ராதே! நான் இவ்வளவு சொல்லியும் என்மேல் உனக்குக் கோபம் இருக்கிறது. அப்படியென்றால் ஒன்றுசெய். கோபத்தை அடக்கிவைத்தாயானால் அது உனக்குத் தீங்காக மாறிவிடும். உனக்கு எந்தவிதமான தீங்கும் வரக்கூடாது. தீங்கு வந்தால் என்னால் தாங்கமுடியாது. எனவே, உன் கோபம் முழுதையும் செயலாக்கி என்னிடம் காட்டிவிடு! எனக்குத் தண்டனை கொடு. எனது உடலை உனது நகங்களால் கீறு.

உன்னுடைய வெண்மையான முத்துப்பற்களால் ஆத்திரம் தீரக் கடி. என் எலும்புகள் நொறுங்கும்படி, என் மேனியை கட்டி இறுக்கிடு. உன் ஆத்திரம் தணியட்டும். அதனால் என் காமவெறி ஏறட்டும்.

நீயே என்னுடைய ஆபரணம். நீ என்மேல் விழுந்துகிடந்தால், வேறு ஆபரணங்கள் எதற்கு? மற்றைய ஆபரணங்கள் இடைஞ்சல்தான். நீதான் என் வாழ்க்கை. என் உயிர்க்கடலில் கண்டெடுத்த முத்து நீ!

அன்பே கருணை காட்டு. மனமிரங்கு. இனி, என்னுடைய முயற்சிகளெல்லாம் ஒரே குறிக்கோளை நோக்கித்தான் செல்லும். என்ன தெரியுமா? உனக்கு இன்பம் ஊட்டி, உன்னை மகிழ்ச்சியாக வைத்திருப்பது மட்டுமே என் குறிக்கோள்.

என் அன்பே! இப்போது உன் கண்கள் சிவந்திருக்கின்றன. நான் வரவில்லை என்ற கோபம் அத்துமீறிப் போனதாலே, உன் கண்கள் சிவந்திருக்கின்றன. முன்பெல்லாம் அது குளிர்ந்த நீலோற்பலப் பூவின் நிறத்தில் இருக்கும். பார்த்தாலே ஒரு கனிவு தெரியும். ஒரு இணக்கம் தெரியும். ஒரு சாந்தம் தெரியும். ராதே! மன்மதன் அம்பு எவ்வளவு கொடியது என்பதை நான் அனுபவித்திருக்கிறேன். உன்னுடைய காந்த விழிகளிலிருந்து வருகிற பார்வையென்னும் மன்மதனின் அம்பு என்னைத் தாக்கட்டும். மகிழ்வேன். அதன்பிறகு உன் கோபம் தணியும். பழையபடி நீலோற்பலக் கண்ணியாகிவிடுவாய். அப்படி ஆகிவிட்டால், நம்மிருவருக்கும் பொருத்தம் அதிகமாகி விடும். நீ நீலக்கண்ணி! நான் நீலக்கண்ணன்!

முன்பெல்லாம் உன்னுடைய குத்திட்ட முலைகளின்மேல் அழகான முத்தாரம் ஏறித்தவழ்ந்து ஆடுமே! அடடா! அது எவ்வளவு அழகாக உன்னுடைய இதயப்பிரதேசத்தை ஒளிமயமாகச் செய்யும்! அந்த முத்துமாலையை எடுத்து அணிந்து கொள். என் கண்களுக்கு விருந்து கொடு. நீ உன்னுடைய

மதனப்பிரதேசத்தை மறைத்து, மணிகள் தொங்கும் மேகலை அணிந்திருப்பாயே! நீ நடக்கையில், அவை இனிமையாக இசைபாடும். அந்த மணிமேகலையை எடுத்து அணிந்து கொள். உன் அசைவுக்கு அவை இசைபாடட்டும். அது மன்மத ராஜ்ஜியத்தின் வெற்றிமுரசாக ஒலிக்கட்டும்!'

மங்கல காரியங்கள் தொடங்குவதற்குமுன், பெண்களின் பாதங்களில் செவ்வரக்கு பூசி நலுங்கிடுதல் முறை. காதல் லீலை என்னும் மங்கல காரியம் தொடங்குவதற்குமுன், ராதையின் பாதங்களில் செவ்வரக்கு நலுங்கிட விரும்பு கிறான் கண்ணன். அப்படியாவது அவளது பாதத்தைப் பிடித்து மன்னிப்புக் கேட்டுவிடலாமே! கண்ணன் சொல் கிறான்: 'என் இனியவளே! ஒரே ஒரு வார்த்தை பேசு. குயில்களின் கீதம் கேட்டுக்கேட்டு அலுத்துப்போய் விட்டது. உன்னுடைய இனிய குரலைக் கேட்க ஆசைப் படுகிறேன். ஒரு வார்த்தை சொல், போதும். அதுமட்டு மல்ல. உனக்கு என்ன தேவை என்று ஒரு வார்த்தை சொல். அப்படியே நிறைவேற்றி வைக்கிறேன். கட்டளையிடு. தலைமேல் தாங்கி நிறைவேற்றுகிறேன். உன் நிலத்தாமரை போன்ற மெல்லடி எனது இதயத்துக்கு ஆனந்தம். என் கரங்கள் உன் பாதங்களைப் பிடிக்க விழைகின்றன. உன் மென்மலர்ப் பாதங்களை நீட்டு. என் கரங்களால் மெதுவாகப் பற்றி அவற்றுக்கு செம்பஞ்சுக் குழம்பு பூசி அலங்கரிக்கிறேன். அந்த அழகைக் கண்டு ஆனந்திக் கிறேன்!'

இந்தப் பாடல் கீதகோவிந்தத்தின் உயிரான பாடல். அதிகம் பேசப்படுகிற பாடல். ஜயதேவர் இவ்வரிகளை எழுதி விட்டு ராதையின் பாதங்களைக் கண்ணனின் தலைமேல் வைக்க வேண்டுவதாக எழுதிவிட்டோமே என்று வருந்தி அந்த வரியை அழித்துவிட, கண்ணன் அதை மீண்டும் எழுதியதாகச் சொல்லப்படுகிறது. இது கண்ணன் ராதை யின்மேல் கொண்ட அதீதப் பிரேமையைக் காட்டுகிறது.

கண்ணன் சொல்கிறான்:

'கண்ணே, ராதே! எனது இதயத்தரசி! உன்மேல் நான் கொண்ட காதல் தலைக்கேறி சூடாகிவிட்டது. அது தணியவேண்டு மென்றால் உனது தண்ணென்ற மென்பாதங்களை எனது சிரசில் மெதுவாக, சுகமாக வைப்பாயாக! மன்மதனின் சுட்டெரிக்கும் தாக்கத்திலிருந்து என்னைக் காக்கும் நல்லணி உன் திருப்பாதங்கள்தாம். அவற்றால் என்னை உய்விப்பாய்!

என் பிரிய ராதே! நீ வீணான குழப்பத்திலிருக்கிறாய். உனக்கு நான் துரோகம் செய்துவிட்டதாக எண்ணுகிறாய். முதலில் அந்த எண்ணத்தைக் கைவிடு. என் இதயத்தில் உனக்கு மட்டும்தான் இடம். மன்மதன் மட்டும் அதில் திருட்டுத் தனமாகப் புகுந்துவிடுகிறான். வேறு எவருக்கும் அங்கே இடமில்லை. உன்னுடைய பெண்மை, உன்னுடைய அழகு, உன்னுடைய ஈர்ப்பு, உன்னுடைய மோகசக்தி எல்லாம் என் இதயத்தை முழுக்க முழுக்க ஆக்ரமித்துக்கொண்டிருக் கின்றன. எனக்கு நீ கட்டளையிடு! பிறகு பாரேன். காதலில் உச்சங்கள் என்று எவை எவை உண்டோ, அவை அனைத்தை யும் உனக்குக் காட்டுகிறேன். வா, கண்ணே வா!

'ராதே பூரண நிலவு போன்ற ஒளி முகத்தை உடையவளே! உன்னுடைய புருவம் கருநிறங்கொண்டு வளைந்து, கடுமை யான விஷமுள்ள காலசர்ப்பமென மனத்தை வதைக்கிறது. நஞ்சை வைத்திருக்கும் நீயே, அதற்கு மாற்று மருந்தையும் வைத்திருக்கிறாய். நோயைக் கொடுக்கும் நீயே, நோய்க்கு மருந்தாகவும் இருக்கிறாய். உன்னுடைய செவ்விதழில் துளிர்க்கும் அமுதம் அதற்கு மாற்றாகவும் அமைகிறது. பொதுவாக நஞ்சை முறிக்கும் மருந்து, அதை நீக்கியதோடு தன் செயலை முடித்துக்கொள்ளும். நஞ்சு விளைவித்த தளர்ச்சி ஓரளவு இருக்கும். ஆனால், உன்னுடைய புருவம் அளித்த நஞ்சை உன்னுடைய மெல்லிதழ்களில் துளிர்க்கும் அமுதம், நீக்குவது மட்டுமன்றி மேற்கொண்டு இன்பமுமல்லவா கொடுக்கிறது. இது புதுமை! ஆமாம். நீ எதிலும் புதியவள். எனக்கு நீ என்றும் புதியவள்!'

கண்ணன் இவ்வளவு பேசியும் ராதையின் மனம் இளக வில்லை. அவனை நம்புவதா வேண்டாமா என்று அவளால் தீர்மானிக்க முடியவில்லை. எப்படியிருந்தாலும் அவன்தான் கதி. என்றாலும், அவன் இன்னும் கொஞ்சநேரம் கெஞ்சட்டும் என்று பிகு பண்ணுகிறாள். மௌனம் சாதிக்கிறாள். அந்த மாயனுக்கா தெரியாது! எப்படியெப்படியெல்லாம் கெஞ்ச முடியுமோ அப்படியெல்லாம் கெஞ்சிப் பார்க்கிறான்!

அவளை முதலில் பாராட்டுகிறான். இளமையின் அரசி என்கிறான். இந்த இளமையிருக்கும்போதே அனுபவித்துவிட வேண்டும். எனவே, காலம் தாழ்த்தாதே என்பது குறிப்பு! நான் இருந்தால்தானே உனக்கு நல்லது. உன்னுடைய மௌனம் என்னைக் கொல்கிறதே. உன் மௌனம், அது நினைத்ததைச் சாதித்துவிட்டால் உனக்கு என்ன பயன்? எனவே, முதலில் உன் மௌனத்தைக் கலைத்து இனிமையாகப் பேசு. என் உயிர் நிலைக்கும் என்கிறான். காதலின் தொடக்கமே கண்கள்தாம். வாய் பேசத்தொடங்குமுன் கண்கள் பேசிவிடுகின்றன. எனவே, வாயாலே பேசாவிட்டாலும் என்னைப் பார். உன் கண்கள் என்னோடு பேசிவிடும் என்கிறான்.

'நான் யார் என்று நினைத்துக்கொண்டிருக்கிறாய்? உன் பகைவனா? இல்லையில்லை. உன்னுடைய நேசன் வந்திருக்கிறேன்! ஊடல் போதும். இன்னும் நீட்டித்துக்கொண்டிருக்காதே!' என்று தன் ஆசையைத் தெரிவிக்கிறான்.

'அன்பே! மன்மதன் உனக்குக் கடன்பட்டிருக்கிறான். உன்னுடைய முகத்தின் அழகிலிருந்துதான் அகில உலகத்தையும் வெல்லும் ஆற்றல் பெற்றான். உன் முகத்தின் வெவ்வேறு உறுப்புகளிலிருந்து மலரம்புகளைத் தேர்வுசெய்துகொண்டான். ஐந்து மலர்களிலே ஒன்று **பந்துஜீவா!** செம்பருத்திப் பூப்போலச் சிவந்தது. அதை அவன் எங்கிருந்து பெற்றான் தெரியுமா? உனது ஒளிவிடும் சிவந்த உதடுகளிலிருந்துதான். அடுத்தமலர் **மாதுகா!** மிகவும் மென்மையானது. அதை உனது பட்டுப்போன்ற கன்னங்களிலிருந்து பெற்றான். அடுத்தது

நீலோற்பலம். அதை உனது கண்களிலிருந்து பெற்றான். அடுத்தது **எள்பூ.** எள்பூவைப் போல் குறுகியும் விரிந்தும் இருக்கும் உனது நாசி, அவனுக்கு அந்தப் பூவைக் கொடுத்தது. அடுத்தது **குந்த மலர்.** உன் பற்களிலிருந்து அந்தக்கணையைத் தேர்ந்தெடுத்தான். உன்னிடமிருந்து பெற்ற மலர்க்கணை களால் உன்னுடைய தூதுவனாக மன்மதன் இந்த உலகை வெல்கிறான்.'

காதலின் வசப்பட்டவர்கள் தங்கள் காதலியரை, தேவதைகள் என்று வர்ணிப்பதுண்டு. ஆனால் கண்ணன் ராதையை, தேவதைகளின் தொகுதி என்றே வர்ணிக்கிறான், ஒவ்வோர் உறுப்பு ஒவ்வொரு தேவதையிடம் சிறப்பாக அமைவதுண்டு. அப்படிச் சிறந்த உறுப்புகளெல்லாம் ராதையிடம் வந்து ஒட்டுமொத்தமாகக் குடிகொண்டு அவளை, தேவதைகளின் தேவதையாக மாற்றிவிடுகிறது. மதலசா என்னும் பெண்ணின் கண்கள்தான் அகில உலகங்களிலும் சிறந்ததாகப் பேசப்படு கிறது. அசுரர்களும் தேவர்களும் பாற்கடலைக் கடைந்து அமுதம் எடுத்தபோது, திருமால் அமுதத்தைப் பங்கிடுவதற் காக மோகினி உருவம் எடுத்தார். அந்த மோகினிக்கு மதலசா அல்லது மஹலசா என்று பெயர். அவள் கண்கள்தான் அழகிலும் அழகு. ராதையின் கண்கள், மதலசாவின் கண்கள் போல் இருக்கின்றனவாம்.

சந்திரனின் உயிருக்குயிரான மனைவி இந்துமதி. அவளது முகம் அழகு. அவளது முகத்தைப் போலிருக்கிறதாம் ராதை யின் முகம்! அதனாலேயே சந்திரனுக்கு ராதையின்மேல் கோபம். அவளை விரகதாபத்தின்போது வாட்டி எடுத்தான். மனோரமா என்ற தேவதை நடையழகில் மிகச் சிறந்தவள். அன்னம் எல்லாம் அவளிடம் பிச்சை வாங்கவேண்டும். அவளை மிஞ்சும் நடையழகு கொண்டவள் ராதை. தேவ லோக நடன மாது, அழகிகளில் பேரழகி, காமச்சிகரம் ரம்பை யின் தொடைகள் மிகமிக அழகியவை. அவற்றைப்போன்ற தொடையழகுடையவள் ராதை. கலாவதி என்ற தேவதை, கவர்ந்திழுக்கும் முலைகளைக் கலசங்களாகக் கொண்டவள்.

ராதைக்கும் அப்படியே! வளைந்திருக்கும் புருவ அழகில் சித்திரலேகாவை மிஞ்சுவார் இல்லை. ஆனால், ராதை அவ் வழகில் அவளுக்குச் சமமானவள். அவர்களெல்லாம் விண் ணிலே இருக்கிற தேவலோகப் பெண்கள். ஆனால், அவர் களின் சிறப்புகளைக் கொண்ட தொகுதியாகப் பூமியிலே இருக்கிறாள் ராதை. இவ்வழகையெல்லாம் சொல்லி ராதையை மகிழ்விக்கிறான் கண்ணன்.

கம்சனோடு போர்புரிந்தபோது, கண்ணன் குவலாயாபீடம் என்ற யானையோடு போரிட நேரிட்டது. அந்த யானையின் இரண்டு மத்தகஜங்களும் ராதையின் எடுப்பான முலைகளைப் போலத் தெரிந்தன. எனவே, போரை ஒருகணம் மறந்து ராதையின் அந்த அழகை மனக்கண்முன் கொண்டுவந்து மகிழ்ந்தான் கண்ணன். உணர்ச்சிவசப்பட்டதனால் நெற்றியில் வியர்த்தது. வியர்வை ஆறாக ஓடியது. அதைப் பார்த்த கம்சன், கண்ணன் பயந்து போய்விட்டதாகவும், யுத்தத்தில் அவன் தோல்வியடைந்துவிட்டதாகவும் எண்ணி 'நாம் வென்று விட்டோம், வெற்றி நமதே!' என்று உரத்த குரலெடுத்து முழங்கினான். இத்தகு நிலையைத் தோற்றுவித்த கண்ணன் நமக்கு, வளங்கள் எல்லாம் அருள்க!

23. அழகிய தொடைகள்; காமனின் படைகள்

ஸர்க்கம் 11   அஷ்டபதி 20

மின்னல்போல் ஒளிவிடுகிற கண்களைக் கொண்ட ராதையை, தனது அன்பும் அறிவும் நிறைந்த சொற்களாலும் சமாதானக் கெஞ்சுதலாலும் தன்வயப்படுத்திய பிறகு, ராதை தன்னைத்தேடி தான் இருக்கும் இடத்துக்கு வருவாள் என்ற நம்பிக்கையுடன் தனது தளிரகத்துக்குச் சென்றான் கண்ணன். ராதை அங்கு வரும்போது தானும் தன்வீடும் அவளுக்கு இதமாக இருக்கவேண்டும் என்பதற்காகத் தன் வீட்டை அலங்கரித்தான். தன்னையும் அலங்காரம் செய்துகொண்டான். கண்ணனால் சமாதானப்படுத்தப்பட்ட ராதையை, அவனது தோழி அலங்கரித்து அவளுக்கு இதமான வார்த்தைகளைச் சொல்கிறாள்:

'அடி பேதையே! அவன் உன்னை எவ்வளவு அனுசரித்துப் பேசினான்? உன்னடியில் வீழ்ந்தானல்லவா? எவ்வளவு கெஞ்சினான்? உன் மனம் அவனுக்காக ஏங்குவது தெரிகிறது. அப்படியிருக்க, இன்னும் ஏன் தாமதம்! நீயும் அவனை அனுசரித்துப்போ! உடனே அவனிடம் போ! அவன் உன் வரவுக்காகவே மலர்கள் பரப்பி, கொடியகத்தில் மலர்மஞ்சம் தயாரித்து வைத்திருக்கிறான்.

உன்னுடைய முலைகள் மிகவும் கனமானவை. நீ நடக்கும் போது அவை உன்னை அழுத்தும். பாரம்தாங்காமல் இடை வருந்தும். அதனால் மெதுவாக, அதே சமயம் அன்னமும் நாணும்படி ஒயிலாக நடந்துசெல்! மெதுவாகச் சென்றால், நீ வருகிறாய் என்று அவனுக்குத் தெரியாதல்லவா? அதனால், உன் கால் சிலம்புகள் இசை பாடும்படியும் உன்மேகலையில் கட்டியுள்ள மணிகள் ஒலிக்கும்படியும் அவற்றை அதிரச் செய்து நடந்துபோ!

இளமைமிகுந்த மங்கையர்களை மயக்கி, காமவயப்படச் செய்யும் வண்டுகள் ஒலிக்கும் ரீங்கார ஒலி உன் காதில் விழவில்லையா? இது நல்ல தருணம்! எல்லாம் உனக்குச் சாதகமாக இருக்கின்றன. தூரத்தே காதல் வசப்பட்ட குயில் கூவுகிறது. நீயும் மன்மதனுடைய ஆணைக்குக் கட்டுப்பட்டுக் கூவும் அந்தக் குயிலைப்போல, காதல் வயப்பட்டு கண்ண னைத் தேடிச்செல்! நீ மாறியே ஆகவேண்டும். இவ்வளவு ஏற்புடைய சூழல் பிறகு கிட்டாது.

நீ செல்கிறபோது கண்ணனின் கொடியகத்தில், சிறுவிரல் நீட்டி உன்னை அழைக்கும் கொடிகளைக் காண்பாய். இது தான், இதுதான், வேறெங்கும் போய்விடாதே என்று உன்னை அவை விரல்நீட்டி அழைக்கின்றன. உன்னுடைய அழகான தொடைகள் காமனின் படைகள்! இனியும் தாமதிக்காமல் அங்கே நேராகச் சென்றுவிடு.

கிட்டப்போகும் சுகத்தைப் பற்றி உன் முலைகள் இப் பொழுதே பரவசப்படத் தொடங்கிவிட்டன. கச்சையையும்

மீறி அவை புடைத்துக்கொண்டிருப்பதைப் பார்! நீ நடக்கும் போது அலைபோலே மேலும் கீழும் இறங்கி ஆடும் அவற்றைக் கேட்டுப்பார். 'கண்ணனின் கைபடவேண்டும் என்று எங்களுக்குக் கொள்ளை ஆசை' என்று சொல்லாமல் சொல்லும்! அவற்றின் ஆசையைத் தீர்க்கவேண்டாமா? அவனுடைய அரவணைப்புக்காக அவை அலைகின்றன!

பொய்யாக நடிக்காதே! உன் உடம்பின் ஒவ்வொரு அங்கமும் நேரப்போகும் சம்போகத்துக்குத் தயாராகிவிட்டன. இனியும் அவற்றை உன்னால் கட்டுப்படுத்தி வைக்கமுடியாது. இனியும் நாணம் எதற்கு? மன்மதப் போர்க்களத்துக்குப் போ! உன்னிடம்தான் ஏகப்பட்ட படைக்கலங்கள் இருக்கின்றனவே! நீ போர்க்களத்துக்கு வருகிறாய் என்பதை, உன் மேகலையில் கட்டியுள்ள மணிகள் போர் முரசாக முன்கூட்டியே அறிவிக்கட்டும்!

மன்மதனின் அம்புகள்போல் கூரிய விரல் நகங்கள் கொண்டுள்ள நீ, தனியாக போக பயப்படுகிறாய். தயங்காதே! உன்னுடைய தோழியாகிய என் கரத்தைப் பற்றிக்கொள். நான் உன்னைக் கூட்டிச்செல்கிறேன். ஏன் அப்படிப் பார்க்கிறாய்? நான் அங்கிருக்க மாட்டேன். உன்னை விட்டுவிட்டு வந்துவிடுகிறேன், கவலைப்படாதே! வெட்கத்தைப் பார்! வளையல்கள் நிறையப் போட்டுக்கொள்! மேகலை மணிகள் முரசறைய, உன் வளையல்கள் உன் வரவைக் கூறட்டும். கிளம்பு!'

ராதை வருவாள் என்று எதிர்பார்த்து, கண்ணன் அவனுடைய கொடியகத்தில் காத்திருக்கிறான். அவள் வந்தால் என்னென்ன நடக்கும் எனக் கற்பனையில் மூழ்கிவிடுகிறான்.

'ராதை வந்தால், அவளுடைய காந்தவிழிகள் என்னை மயக்கும். எனக்கு நேராக வருவாள். என்னுடைய காதுகளில், குயிலை வெல்லும் குரலால் இனிமையாகப் பேசுவாள். இதுவரை பேசாமல் அடக்கி வைத்திருந்தனவெல்லாம் பொழிந்திடுவாள். அதன்பிறகு, அவளுடைய மதர்த்த முலைகளால் என்னை இறுக்கி அணைத்திடுவாள்.

அப்படியே அவளது மென்மையான கைகளாலே என்னு டைய அங்கம் முழுதும் தடவுவாள். ஆஹா! அந்த இன்பத்தை என்னவென்று சொல்லுவது?' என்று கற்பனை செய்யும் கண்ணனின் உடம்பெல்லாம் மயிர்க்கூச்செடுக்கிறது. கற்பனை உலகிலிருந்து விடுபடுகிறான். ராதை வரவில்லை என்பது தெரிகிறது. அவ்வளவுதான்! மனம் வருந்தி ஏக்கத்தால் மூர்ச்சித்துக் கீழே விழுந்துவிடுகிறான்.

தோழி, ராதையை அழைத்துக்கொண்டு கண்ணனிடம் செல் கிறாள். அங்கே அவன் அலங்காரம் செய்துகொண்டு நிற் கிறான். அவனைச்சுற்றி ஒரே பிரகாசம்! அவனுடைய மார்பில் அணிந்திருக்கும் அழகிய ஒளிபொருந்திய ஆபரணங்களி லிருந்து வீசும் ஒளியும் கைகளில் அணிந்துள்ள கங்கண ஒளியும், அவனைச்சுற்றிப் பெரிய ஒளிவட்டம்போலப் பிரகாசிக்கின்றன. அவன், அவளை வரவேற்கத் தயாராக இருப்பதைச் சுட்டிக்காட்டி ஹரியிடம் போகச்சொல்லி தோழி ராதையிடம் சொல்கிறாள்.

அஷ்டபதி 21-ல் அதைக் காண்போம்.

24. ஆட்டத்துக்கு நீயும் தயாராகிவிடு!

ஸர்க்கம் 11   அஷ்டபதி 21

'புன்னகை தவழும் முகத்தையுடைய ராதே! உனக்காகக் கண்ணன் எவ்வளவு அழகான படுக்கை தயார்செய்து வைத்திருக்கிறான் என்று பார். இலைகள் பரப்பி வைக்கப்பட்டிருக்கும் இந்தத் தளிர்மனையும் மலர்ப்படுக்கையும், காதலர் கூடி மகிழ்வதற்கு ஏற்ற சூழலும் அமைப்பும் கொண்டவை. மெது வானவை, இதமானவை. இதில் கண்ண னுடன் கூடிக்களிப்பாய். உடனே உள்ளே போ! மாதவன் அருகில் போ! மன்மதக் கலையில் ஆழங்கால் பட்ட அவன், உனக்கு எல்லாச் சுகங்களும் அள்ளித்தருவான்.

இளம் அசோக மரத்தின் மொட்டு களைப் பரப்பிவைத்திருக்கும் இந்த

மலர்மஞ்சத்தைப் பார். நீ பார்க்கிறாயோ இல்லையோ உன்னுடைய முலைகள் அவற்றை உணர்ந்துவிட்டன. உன் முலைகளைப் பார். அவற்றில் ஆரம் ஆடுவதைப் பார். ஆட்டத்துக்கு நீயும் தயாராகிவிடு!

இன்று பூத்த மலர்களின் அழகைப் பார்! அவற்றின் நறுமண வாசம் மூக்கைத் துளைக்கிறது. மனத்தை மயக்கும் மண மலர்கள், தளிரகத்திலும் மலர்மஞ்சத்திலும் கொட்டிக்கிடக்கின்றன. அவை உன் வரவுக்காக, உன்னுடைய மென்மையை உணர்வதற்காகக் காத்திருக்கின்றன. இன்னுமேன் தாமதம்? மாதவனின் அருகில் போ!

ராதே! நீயேன் அஞ்சுகிறாய்? கண்ணன் உனக்குப் புதியவனா? அல்லது இந்த அனுபவம்தான் உனக்குப் புதிதா? உனக்கேன் மன்மதக்கலையின் பயம்! பயத்தைத் தெளிவிக்கத்தான் கண்ணன் இருக்கிறானே! இதமான வாசம் சுமந்து, தென்றல் காற்று மலய மலையிலிருந்து வீசி வருகிறது.

போ, மாதவன் அருகில் போ!

ஏன் ராதே, தயங்கித் தயங்கி நடக்கிறாய்? பயத்தினாலா? சங்கோஜத்தினாலா? அல்லது உனது பருத்த முலைகள் உன்னை நடக்கவிடாமல் அழுத்துகின்றனவா? இயற்கைப் பொருட்களைப் பார். அவை கொள்ளும் காதல் முயக்கத்தைப் பார். கொடிகளிடையே பின்னலிட்டுக்கொண்டு மலர்கள் தழுவிக்கிடப்பதைப் பார். உனக்கும் அப்படிக் கண்ணனுடன் பின்னலிட்டுக் கிடக்கவேண்டும் என்று தோன்றவில்லையா? போ போ, மாதவனிடம் உடனே போ! அவனைத் தழுவிக் கொள்!

மலர்களின் தேனை உண்டு வண்டினங்கள் மயங்கிப் பாடுகின்றன. நீயும் ஒரு மலர்தானே! கிருஷ்ணன் என்ற வண்டு உன்னிடம் தேனுண்ண வேண்டாமா? மயங்கி மயக்க வேண்டாமா! உன் மலர்போன்ற இதயத்தில் அன்பு மதுக்கொண்டு அவனோடு இணங்கிக் களிப்பாயாக!

கத்தும் குயிலோசை உன் காதில் விழுகிறதா? ஆண்குயில்கள் பெண்குயில்களை அழைப்பதற்காகப் பாடும்போதுதான் கத்தும். கலவிக்கேற்ற சூழல் இதைவிட வேறு என்ன வேண்டும்? முத்துப்போன்ற உன் பற்கள் ஒளிசிந்துகின்றன. இது உனது மகிழ்ச்சியின் வெளிப்பாடு. மகிழ்ச்சியின் உச்சத்துக்குப் போகவேண்டாமா! போ, மாதவனிடம் போ!

உன்னை எதிர்பார்த்து, விரகதாபத்தாலும் மன்மத பாணத்தாலும் தாக்கப்பட்டு, உள்ளூறும் காதலால் பைத்தியம் பிடித்தவன்போல் இருக்கிறான் கண்ணன். உனது அமுதமயமான இதழைச் சுவைத்தால்தான் உயிர்வாழ்வான். இன்னும் ஏனடி தாமதிக்கிறாய்? அவனைக் கண்டால் உனக்குப் பயமா? அன்புக்குப் பயமுண்டா? ஏ, ராதை! உன்னுடைய ஒரு சைகை போதும். உன்னடிமையாய் உன் காலில் விழவும் அவன் தயாராயிருக்கிறான். போடி போ, உடனே போ! ஓடிப்போய் அவனை அணைத்துக்கொள். அனுபவி!'

இன்னிசை பாடும் சிலம்புகள் கீதம் பாட, அவளுடைய இணைவிழிகள் காமத்தைப் பொழிந்து கோவிந்தன்மேல் நிலைத்திட, உணர்ச்சி பொங்கக் கண்ணன் தங்கியிருக்கும் கொடிவீட்டை ராதை நெருங்கினாள்.

25. ராதையைத் தின்னும் மோகனப் புன்னகை

ஸர்க்கம் 11   அஷ்டபதி 22

கொடிவீட்டை நெருங்கியபோது, ராதா அவளுக்காகப் படுக்கையைச் சரி செய்து வைத்திருக்கும் கண்ணனைப் பார்த்தாள். அதுவரை மனத்துக்குள் இருந்த கோபம் மறந்தது. அவன் காதலின் வடிவமாகவே நின்றான். அவளது உள்ளம் மகிழ்ந்தது. அவனைப் பார்த்த உடனே அள்ளி அணைத்துக்கொள்வான்போல் தோன்றியது. அடக்கிவைத்திருந்த ஆவல் அவன் கண்களில் தெரிந்தது. தான் எதற்கும் தயார் என்பதை அவனது கண்கள் அறிவித்தன. வைத்த கண் வாங்காமல் அவளையே பார்த்துக் கொண்டிருந்தான். பூரண சந்திரனைக் கண்டால் கடலலைகள் ஆர்வத்தோடு குதித்துக் கொண்டாடுமே, அதைப்

போல அவன் உள்ளம் குதித்துக்கொண்டாடியது. தின்று விடுவதைப்போல ராதையைப் பார்த்தான் அவன்.

நீலமேக சியாமளனான கண்ணனின் திருமேனியில், வெண்ணிற மலர்களால் ஆன ஆரம் அசைந்துகொண்டிருந்தது. பக்கத்திலே ஓடும் நீலநிற யமுனையில் வெள்ளம் குதிக்கும் போது கரைகட்டும் நுரையைப் போல அவ்வாரம் திகழ்ந்தது.

நீல நிறமான தாமரைத் தண்டின்மேல் அம்மலரின் மகரந்தத் தூள் விழுந்தால் அத்தண்டு எப்படிப் பொன்மயமாக விளங்குமோ அதைப்போல, மஞ்சள் நிறப் பட்டுப் பீதாம்பரம் அணிந்த கரியமேனிப் பெருந்தகை கண்ணனின் மேனி தங்க மயமாகப் பிரகாசித்தது.

சரத்காலத்தில் குளிர்ந்த மலர்கள் பூத்திருக்கும். அம்மலர்களை நோக்கிக் கருங்குருவிப் பறவைகள் பாயும். அதைப்போல கார்முகில்வண்ணன் கண்ணனின் விழிப்பார்வை ராதாவின் மேல் பாய்ந்தது. அந்தப் பார்வையின் தாக்கம், அவளைப் புளகிக்க வைத்தது. தானும் அவளை நோக்கிக் கெஞ்சுவது போல் விழித்தான்.

கண்ணன் காதில் அணிந்திருக்கும் குண்டலங்கள் சூரியனுக்கு நிகரானவை. இரண்டு சூரியன்களைக் காதுகளில் அணிந் திருக்கிறானோ என்று தோன்றும். கண்ணனின் காதுகளில் அவை அசைந்து அவனது இருகன்னங்களையும் தடவும் போது, இரண்டு சூரியன்கள் அவனது கடல்நிறக் கன்னங் களில் தவழ்வதாகத் தோன்றும். அழகுமகள் ராதாவின் இதழ் சுவைக்கின்ற ஆசையில் அவன் கூறாமல் கூறும் மோகனப் புன்னகை, குறிப்பால் அவளைத் தின்னாமல் தின்றது.

கண்ணன் தனது கேசத்தில் அழகான மலர் புனைந்திருந்தான். அவனுடைய கருங்கூந்தலில் சூடப்பட்ட வெள்ளை மலர்கள், கார்முகிலின் ஓரத்தில் திகழும் நிலவின் ஒளித்திட்டாகத் தெரிந்தன. கருநீல வானில் நிலவைப்போல், அவனுடைய கருநீல நெற்றியில் வைத்திருந்த சந்தனப் பொட்டு விளங் கியது.

கண்ணனோடு இணைந்து அவனை இன்பமடையச் செய்யும் ரதிவிளையாட்டுக்கு, அவளுடைய அனைத்து அங்கங்களும் ஏங்கின. கிடைக்கப்போகும் ஆனந்தத்தைக் கற்பனை செய்து பார்த்து மயங்கின. அவன் புனைந்திருந்த அணிமணியி லிருந்து வெளிவந்த ஒளி, அவள் உடலில் பட்டு சோபை மீறியது.

ராதையின் கண்களானது, காதளவோடிய கண்கள். காதுவரை நீண்டு செல்வதற்கு அவை எவ்வளவு பிரயாசைப்பட்டிருக்க வேண்டும்? உழைப்பு அதிகமாக அதிகமாக வியர்வை சிந்துமல் லவா? அதைப்போல காதளவு வரை இழுத்துத் தமை நிலைநிறுத் திக்கொள்ளக் கண்களும் அதிகமாக உழைத்ததால் சிந்திய வியர் வைதான் கண்ணீரோ! கண்ணனைக் கண்டதால் ராதை பெற்ற ஆனந்தக்கண்ணீர் ஆறாகப் பெருகி அங்கமெல்லாம் ஓடியது.

ராதையோடு சரசமாடி அவளோடு கூடிமகிழ நினைத்திருந்த கண்ணனைப் பார்த்து ஆரம்ப நாணத்தால் முன்செல்லத் தயங்கி ஒதுங்கியிருந்த ராதையின் வெறி அதிகமாகிப் போகவே, அவளை யும் கட்டுப்படுத்தமுடியாமல் அவளது நாணம் மெல்ல விலகியது. தானே முன்னேறி, கண்ணனை நெருங்கினாள். கட்டில் ஓரம் போய் நின்றாள். கண்ணன், அவளுடைய வேட்கையைப் புரிந்து கொண்டான். அவளோடு வந்த தோழியரும் புரிந்துகொண் டார்கள். இனி நமது தயவு அவளுக்குத் தேவையில்லை என்பதை அறிந்துகொண்ட தோழியர், அவளை அவனோடு தனியே விட்டு விட்டுப் பிரிந்துசென்றனர்.

கண்ணனுடைய வீரப் புஜங்களில் அங்கங்கே சிவப்புத் திட்டுகள். அவை எப்படி வந்தன? குவலயாபீடம் என்ற யானையைப் போரில் வீழ்த்தியபோது தெறித்த ரத்தத் திட்டுகள் அவை. அவனது வெற்றியைப் பாராட்டி, வெற்றித் திருமகள் சிவந்த நிறமுள்ள மந்தார மலர்களால் அர்ச்சித்தது போல இருந்தது.

அச் செம்மைத்திட்டுகள் அவன் வெற்றிக்கரங்களில் செந்தூரம் போலும் காட்சியளித்தன. அப்படிச் சிவந்து விளங்கும் முராரியின் கைகள், எல்லாச் சிறப்புகளையும் நமக்கு அளித்துக் காக்கட்டும்!

26. தாப காய்ச்சலுக்கு சுக ஒத்தடம்

ஸர்க்கம் 12 அஷ்டபதி 23

ராதையின் நாணம் விலகி, குறிப்பாகத் தனக்குத் தேவை என்னவெனத் தெரி வித்து, கண்ணனின் குடில் படுக்கை அருகே ராதை சென்றதும், குறிப்பறிந்த தோழியர் அவளைவிட்டு விலகிச் சென்றனர். ராதை கண்ணன்முன் ஒளி மயமாக நின்றிருந்தாள். மிக அழகிய புன்முறுவல் வீசி அவனை மயக்கி நின்றாள். இனி நாணத்தின் தொல்லை இல்லாததால், அவனிடமிருந்து மன்மத லீலையில் என்னவெல்லாம் பெற முடியுமோ அவ்வளவும் அடையும் ஆவலில் தாழ்ந்த பார்வையை அவன் மேல் வீசினாள். பிறகு, கட்டிலை நோக் கித் தன் பார்வையைத் திருப்பினாள். கண்ணன் அவளுக்கு என்ன தேவை

என்பதைப் புரிந்துகொண்டான். எனவே, அவள் என்ன செய்யவேண்டும் என்பதைப் படிப்படியாகச் சொன்னான்:

‘என் அன்புக்குரியவளே, காமினி! இன்னும் ஏன் தயங்கி நின்றுகொண்டிருக்கிறாய்? உனக்கு என்ன தேவை என்பதை உன் குறிப்பால் அறிந்துகொண்டேன். அதற்கு முதற்படியாக உன் மென்மைப் பாதங்களைக் கட்டிலில் மெதுவாக எடுத்து வை. உன் மென்மலர்ப்பாதம் பட்டவுடன் கட்டிலில் உள்ள மலர்கள், இந்த மென்மைக்கு நம்மென்மை எம்மாத்திரம் என்று தம் மனத்துள் வேகும். இப்பொழுதே உன் நாராயண னிடம் வா!

என்னைத் தேடி உன் மென்மலர்ப்பாதம் வலிக்க, நீ நீண்ட தொலைவு நடந்து வந்திருக்கிறாய். உன் கால்கள்தாமே உன்னை என்னிடம் கொண்டுவந்து சேர்த்தன. எனவே, முதன் முதல் அவற்றுக்குத்தான் நான் சேவை செய்யவேண்டும். என் அருகில் வா! இப்படிக் கட்டிலில் உட்கார். நான் உன் காலை மெதுவாகப் பிடித்துவிடுகிறேன். உன் காலில் சிலம்புபோல உன்பாதத்தை அணிசெய்து நடக்கிறேன். அன்பே, உன் அங்கங் களில் எடுப்பானவற்றை என் கைகளில் தா!

நான் ஏற்கெனவே சொல்லிவிட்டேன். உன் எடுப்பான முலை களை என் கையிலே தாவென்று! நான்தான் அதையும் செய்ய வேண்டும் போலிருக்கிறது. அவற்றைக் கட்டிப்போட்டு வைத்திருக்கும் மார்புக்கச்சையை, முதலில் என் கைகளால் அவிழ்க்கிறேன் . அதற்கு எனக்கு அனுமதி கொடு. சந்திரன் ஒளியில் சிந்துகிற அமுதம்போல, இனிய சொல் உன் இதழில் தவழ்ந்து வரட்டும். என் துயரம் நீங்கும்!

இதோ உன் முலைகளை அவிழ்த்துவிட்டேன். அவை எப்படிக் கும்மாளம் போடுகின்றன பார்! ராதா அவற்றின் ஆசையை நீ தீர்க்கவேண்டாமா? வா, என் அருகில் வா! என்னை அணைத்துக்கொள்! இறுக அணைத்துக்கொள்! உன்னுடைய முலைகளால் என்னை இறுக்கு, இன்னும்

இறுக்கு. அடடா, என்ன மகிழ்ச்சி! உன்னுடைய நெருக்கத்தால் என் தாபசு காய்ச்சல் நீங்கட்டும்.

ராதா என் உதடுகள் என்ன பாபம் செய்தன? அவற்றின் தாகத்தைத் தீர்க்கவேண்டாமா? வா, உன் கோவை இதழ்களை என் இதழ்களில் பொறுத்து. அவற்றின் அமுதத்தை என் உதடுகள் பருகட்டும். காதல் தீயில் வெந்துகொண்டிருக்கும் என்னைக் காப்பது உன் கடமையல்லவா? உன்னிதழ் அமுதத்தால், என் மேனியின் தாபம் ஒருவாறு தணியும்!

ராதா! உன்னிடமிருந்து இரண்டுவகையான இசைகளைக் கேட்க நான் விரும்புகிறேன். சந்திரன் ஒளிபோன்ற பிரகாச முள்ள முகமுடைய என் கண்மணி, நீ பாடு! உன் அமுத இசையைக் கேட்க ஆவல்! பாடு இராதா, பாடு!

இன்னொரு இசை என்ன தெரியுமா? உன் இடையில் அணிந்திருக்கும் மேகலையில் கட்டியிருக்கும் மணிகளின் இசை. அது எப்படிக் கிடைக்கும் என்று நான் உனக்குச் சொல்லியா தரவேண்டும்? ராதா! தன் துணையை அழைக்கக் கத்துகின்ற குயில்களின் இசையைக் கேட்டுக்கேட்டு அலுத்துப் போய்விட்டது. நீ வழங்கப்போகும் இரண்டு இசைகளும் அந்த அலுப்பைத் தீர்க்கட்டும்!

இன்னுமேன் உன் விழிகளை மூடிவைத்து என்னை வதைக்கிறாய்? என்னைப் பார்ப்பதற்கு இன்னுமா நாணம்? நாணமா அல்லது வெறுப்பா? நாணமென்றால் சரிசெய்துவிடலாம்; வெறுப்பென்றால் என்னால் தாங்க முடியாது! ராதே! என் துயர நிலையைப் பார்! கண்களைத் திறந்து பார்!'

கண்ணனும் ராதையும் ஒருவரையொருவர் தழுவினார்கள். காம இன்பத்தின் காரணமாகப் புளகாங்கிதமடைந்து இரு வருக்கும் மயிர்க்கூச்செடுத்தது. இந்த மயிர்க்கூச்சால் குத்திட்டு நின்ற உரோமங்கள், அவர்கள் இடைவெளியின்றித் தழுவிக்கொள்ளத் தடையாக இருந்தன. அவர்கள், கண்களால் ஒருவரையொருவர் விழுங்குவதுபோலப் பார்த்தார்கள்.

ஆனால் கண்ணிமைகள் இமைத்ததால், கண்களை இமைகள் சிறிதே மூடின. அந்த இடைவெளி அவர்கள் தொடர்ந்து பார்த்து அனுபவிப்பதற்குத் தடையாக அமைந்தது. இன்பத் தின் உச்சியில் என்ன பேசுகிறோம் என்று தெரியாமல் வாய் ஏதேதோ ஒலிகளை எழுப்பியது. வாய் ஒலியெழுப்பிக் கொண்டே இருந்ததால், இதழ் அமுதம் பருகுவதற்காக அழுந்த முத்தம் கொடுக்க அது தடையாக இருந்தது. கலவி யைத் தொடங்குமுன் இப்படிப் பல தடைகள் இருந்தாலும், அவற்றையெல்லாம் மீறி மன்மதப் போருக்கு ஆயத்தம் நிகழ்ந்தது. அந்தக் களிப்பை எடுத்துச்சொல்ல வார்த்தைகளே இல்லை.

இதுவரை சாதுவாகவும் நாணம் கொண்டவளாகவும் இருந்த ராதை, இப்பொழுது ஒரு படி மேலே போய்விட்டாள். கண்ண னுடன் மன்மதப்போர் செய்யத் தொடங்கிவிட்டாள். அவனை இறுக்கிக் கட்டினாள். தனது ஒளிவிடும் பற்களாலே அவனை அங்கங்கே கடித்தாள். தனது கூர்மையான நகங்களால் அவன் உடலெல்லாம் கீறினாள். தனது இரண்டு பருத்த முலை களாலும் அவனை அழுத்திய அழுத்தத்தில், எங்கே அவை அவனது மார்பைத் துளைத்துக்கொண்டு பின்புறம் வந்து விடுமோ என்று தோன்றியது. அவ்வளவு இறுக்கம்! அவனு டைய தலைமுடியைப் பற்றியிழுத்து, தனக்கு வசதியாகக் குனியவைத்தாள். குனிந்தவனின் இதழைத் தன் செவ்விதழ் களால் பருகினாள். தனது அமுதத்தை அவனுக்கு ஊட்டி னாள். இவ்வளவு கடுமையாக அவள் நடந்துகொண்டாலும் அவளது லீலைகள் கண்ணனுக்குத் துன்பமாகத் தெரிய வில்லை. வலியும் சுவைத்தது! எரிச்சலும் இனித்தது! கடித்த தும் அவனுக்குப் பிடித்தது! நகக்கீறலும் சுகக்கீறலானது! முலைகள் அவனுக்குச் சுக ஒத்தடம் கொடுத்தன. காதலின் விசித்திரத்தை என்னவென்று சொல்வது!

தன்னுடைய தாக்குதலைக் கண்ணன் ரசிக்கிறான் என்பதை அறிந்த ராதை, இன்று மன்மதப்போரில் அவனை வென்று விடவேண்டும் என்று விரும்பினாள். ஆண்கள் இயங்குபவர்

களாகவும் பெண்கள் இயக்கப்படுபவர்களாகவும்தான் இருக்க வேண்டுமா என்ன? அவளே வேகமாக இயங்கினாள். போகிறவரை போகட்டும் என்று கண்ணன் முழு அனுமதி கொடுத்துவிட்டான். இயங்கியவள் தளர்ந்துவிட்டாள். கைகால்கள் துவண்டன. அணைத்திருந்த கைகள் விலகின. விழிகள் சோர்ந்து போயின. அவளது முயற்சியில், எதிர்பார்த்த வெற்றி கிடைக்கவில்லை. என்னதான் பெண்கள் துடிப்பாக இருந்தாலும், மன்மதப்போரில் ஆண்களை வெல்லமுடியுமா? ஆண்மை நிறைந்த பெண்மையைவிட, பெண்மை நிறைந்த ஆண்மைதானே ஆனந்தம்!

மீண்டும் ராதையைப் பார்த்தான் கண்ணன். கூந்தல் கலைந் திருந்தது. காதல் போரின் வேகத்தால் கன்னங்களில் ஓடிய வியர்வை, இன்னும் ஈரம் காயாமல் அங்கங்கே தென்பட்டது. வேலை கொடுக்கப்பட்ட இதழ்கள் மயங்கிக் கிடந்தன. அவளை அலங்கரித்த மாலைகள் கசங்கி விலகிக் கிடந்தன. இடுப்பில் மேகலை விலகியதால், ரகசிய உறுப்புகள் மறைக் கப்படாமலிருந்தன. ஆனால் பெண்மையின் அதீத எச்சரிக்கை உணர்வால், ராதை தனது மலர்க்கரங்களால் மறைக்கப்படாத வற்றை மறைத்துக்கொண்டிருந்தாள்.

ராதை, இன்னும் முழுக்க விழிக்கவில்லை. கண்கள் அரைவிழி மூடியிருந்தன. களைப்பினால் புறாவைப்போல இனிமையாக முனகிக்கொண்டிருந்தாள். அவளுடைய வாய் சற்றே திறந் திருந்ததால் தெரிந்த பற்களின் வெண்மை ஒளியில், இதழ் களின் வெண்மை ஏறியது. கலவிப்போரில் களைத்துப்போன முலைகள் அசையாமல் இருந்தன. தான் நிகழ்த்திய நாடகத் தின் விளைவுதானே இது என்ற பெருமையில், அக்காட்சி யைப் பார்த்தான் கண்ணன். பார்த்துக்கொண்டே இருந்தான். அவள் எழிலைப் பருகினான்!

கண்ணனும் ராதையும் இணைந்தனர். இணைந்ததால் களைத் தனர். கூடலுக்குப்பின் நேர்ந்த களைப்பால், ராதை அயர்ந்து உறங்கத் தொடங்கினாள். பாதிவிழிகள் மூடி யிருந்தன.

ஆடைகள் கலைந்திருந்தன. அவளுடைய முலைகளில், நகத்தின் கீறலால் செவ்வரி ஓடியிருந்தது. அவையும் அந்த ஆட்டத்தில் அதிக பங்கேற்றதால் களைத்துப்போயிருந்தன. இரவில் நெடுநேரம் உறக்கமில்லாததாலும் காமலீலையின் களைப்பினாலும், பாதி திறந்திருந்த விழிகள் சிவப்பேறியிருந்தன. செவ்விதழின் அமுதத்தை அவன் இழுத்துச் சுவைத்துக் குடித்துவிட்டதால், செம்மை ஏறி வெளுப்பேறியிருந்தன. அவளுடைய கூந்தலில் சூடிய மலர்களும் கலைந்து கிடைந்தன. இடையிலே கட்டிய மேகலை விலகியிருந்தது. காலையில் இக்கோலத்தில் ராதையைக் கண்ட கண்ணன், மீண்டும் மன்மதனின் தாக்குதலுக்கு ஆளாகி உற்சாகமும் உத்வேகமும் கொண்டு நின்றான்.

ராதை விழித்துக்கொண்டாள். கூடலின் களைப்பு இருந்தாலும் கண்ணனை வசப்படுத்திய பெருமையால் சற்றே பெருமிதம் தலைதூக்கியது. தான் என்ன சொன்னாலும் கேட்பான் என்ற நம்பிக்கை ஏற்பட்டது. அதனால் அவன்மேல் அதிக உரிமை எடுத்துக்கொண்டாள். உரிமையும் அவன்மேல் கொண்ட ஆளுமையும் தொனிக்க, அவள் கண்ணனிடம் பேசுகிறாள்.

27. கழட்டியது போதும்! கட்டிவிடு!

ஸர்க்கம் 12   அஷ்டபதி 24

கண்ணனுக்குக் கட்டளையிடுகிறாள் ராதா!

தன்னை இப்படி அலங்கோலம் ஆக்கியது கண்ணன்தானே! அதனால் தன்னை மீண்டும் பழைய நிலைக்கு அலங்காரம் செய்யும்படி ஆணையிடுகிறாள். காதலில், ஆணை என்பது கூட அன்பின் வெளிப்பாடுதான்!

'யதுகுல திலகா, நந்தகுமாரா! நீதான் என்னை மனங்களிக்கச் செய்யும் ஹ்ருதயானந்தன். நான் நேற்று இங்கே வந்த போது எப்படி அலங்காரபூஷிதையாக வந்தேன்! இப்போது பார், எப்படி இருக்கிறேன்!

உன்னால் மிகவும் கையாளப்பட்டது எனது முலைகள்தான். அவைதான் மன்மதன் கோயில் கலசங்கள். அவற்றில் அலங் காரமாகக் கஸ்தூரியால் சித்திரம் தீட்டியிருந்தேன். இப்போது அவை முற்றிலும் அழிந்துவிட்டன. எனவே, அதைக் கலைத்த நீதான் சரிசெய்ய வேண்டும். எனவே, மிகவும் இதமாக அவற்றில் சித்திரம் தீட்டுவாயாக!

கண்ணா! நாம் ஒன்றாக இணைந்தபோது, என் கண்களுக்கு நீ கொடுத்த முத்தத்தினால் அவற்றுக்கு அழகாக நான் இட் டிருந்த கண்மை சிதைந்துவிட்டது. கண்கள்தாம் மன்மத பாணங்கள். எனவே அவற்றில் ஈஷிக்கொண்டிருக்கும் மையை அழித்துவிட்டு, புதிதாகக் கருவண்டின் நிறத்தை உடைய கண்மை தீட்டுவாயாக! அப்போதுதான் உன்மேல் பாயும் மன்மத பாணங்களாக அவை மாறமுடியும்!

என் மனம் கவர்ந்த கண்ணா! காதளவோடிய கண்கள் என்று என் கண்களை அடிக்கடி புகழ்வாயே! என் காதுகளைப் பார். அவற்றில் குண்டலங்கள் இருந்தால்தானே அழகு! அவை இப் புவிமண்டலத்தை ஈர்க்கும் ஒளியுடையன அல்லவா? கல விக்கு இடைஞ்சல் என்று கழற்றிவைத்தாயே! அவற்றை இப் போது என் செவிகளில் மீண்டும் உன் திருக்கரத்தால் பூட்டு வாயாக!

அடடே! என்னுடைய கருநெடுங்கூந்தலைப் பார்த்தாயா? பற்றி இழுத்துக் கலைத்தாயே! அதில் வைத்திருந்த பூவும் அணிந்திருந்த அணிமணிகளும் கலைந்து விழுந்துவிட்டன. முன்பு தங்கச்சரிகை வளையம் கொண்ட மேகங்கள் போலிருந் தது. இப்போது வெறும் கார்கால மேகங்கள் போல் திகழ் கிறது. அவற்றைப் பின்னி வாரி ஒழுங்குபடுத்து. ஓரளவு செய், போதும்!

கண்ணா! என்னுடைய முகத்தில் சந்திரனின் உட்கருமை யாகத் தோன்றும் கஸ்தூரித் திலகம் அழிந்திருக்குமே! கொஞ்ச மாகவா வியர்வை ஒழுகியது! அதில், நிச்சயம் அது கலைந் திருக்கும்! அழகான பொட்டு. தன் அன்பனோடு கூடிக் களித்த

தால் கலைந்திருப்பதும் அழகுதான்! இப்போது அழகாகக் கலைந்திருக்கும் கஸ்தூரிப் பொட்டை அழித்துவிட்டு புதிதாக மிக அழகாக, சந்திரனில் மானிருப்பதுபோன்ற எனது நிலவு முகத்தில், ஒளிவிடும் நெற்றியில் மங்கலமாக இடுவாயாக!

கண்ணா! மயிலின் தோகையைவிட நீண்டு மன்மதனின் கொடியைப்போல ஈர்க்கக்கூடிய என்னுடைய கருங்கூந்தல் காமக்களியில் கலைந்தது. அதைப் பின்னி அழகுபடுத்தினாய். அதுபோதுமா? மலர்வைத்து அலங்காரம் செய்யவேண் டாமா? காதலன், காதலியின் கூந்தலில் பூவைப்பது எவ்வளவு மகிழ்ச்சியான சமாசாரம் தெரியுமா? தயவு செய்து, இதோ இந்தப் பூவை எடுத்துவைக்கிறாயா?

இடுப்பின் மன்மத பீடம், கலவிக்கு இதமான சுகக்கூடு. அழகாக மறைக்கப்பட வேண்டாமா? அதனையும் நீதான் செய்யவேண்டும். மேகலை மணிகள் சிதறிவிட்டன. அவற்றை மீண்டும் கோத்து 'கலகல' என ஒலிக்கும்படி, அழகான மேகலையை அலங்காரமாக எனது இடையில் கட்டுவாயாக! கழட்டத் தெரிந்த உனக்கு, ஆடை கட்டவும் தெரிந்திருக்க வேண்டும்!'

இப்படியாக, ஒரு பெண்ணுக்கு மங்களகரமாக என்னவெல் லாம் தேவையோ, அவற்றையெல்லாம் அணிவிக்கும்படி கண்ணனிடம் வேண்டுகிறாள் ராதா.'

மார்பிலே கஸ்தூரிச் சித்திரம், இடையிலே பொன்னணி மேகலை, கூந்தலில் புதுமலர், கைகளில் குலுங்கும் வளை யல்கள், காலிலே மங்கலச் சிலம்பு ஆகியன அணிவிப்பாயாக!' என்று ராதை சொல்ல, கண்ணன் அவ்வண்ணமே செய்தான்.

இந்த கீத கோவிந்தத்தைப் படிக்க யார் யார் தகுதிபெற்றவர் என்பதை, ஜயதேவர் பிரபந்தத் தொடக்கத்திலும் சொன்னார். இப்போதும் சொல்கிறார். அஷ்டபதி முழுக்க நல்ல அமுதமய மான இசையில் நடைபெறுவதால், இதைப்பாடுவது சிறந்தது. கந்தவர்வ இசைக்கு நிகரானது என்பதால், கந்தர்வ இசையைக்

கேட்க, பாட விருப்பம் உடையவர்கள், காவிய சாத்திரங்கள் எடுத்துச்சொல்லும் சிருங்கார சாஸ்திரத்தை அடிவரை சென்று அறிந்துகொள்ள ஆர்வமுடையவர்கள், வெறும் சிருங்கார காவியமாகப் பார்க்காமல் ஹரியின் லீலைகளைப் பாடுவதாகக் கண்டு ஹரியிடம் மாறாத பக்திகொண்டு அதன் தத்துவத்தைப் புரிந்துகொள்பவர்கள், இவர்களுக்காகத்தான் ஜயதேவர் இந்த கீத கோவிந்தத்தை இயற்றியுள்ளார். எனவே, ஆர்வமாகப் பாடிப் பரவுக!

கீத கோவிந்தத்தை நிறைவு செய்யும்போது, ஒரு பிரபந்தம் பாடும் கவிஞன் தன்னைப்பற்றிச் சொல்வது தகும் என்ற முறையிலே தனது பெற்றோரின் பெயர்களைக் குறிப்பிடுகிறார். யார் இதை எழுதினார் என்று, பின்னாளில் தெரியாமல் போய்விடக்கூடாதல்லவா? எத்தனையோ ஜயதேவர்கள் வரலாம்! ஆனால், போஜதேவன் ரமாதேவி இருவருக்கும் பிறந்த ஜயதேவர் ஒருவராகத்தானே இருக்கமுடியும்!

இதை, அவரது நண்பர் பராசரன் பாடிப் பரவச்செய்தார். எனவே, அவரது பெயரையும் நிறைவுப்பாடலில் இணைத்து, தனது நன்றியைத் தெரிவிக்கிறார். இந்தப்பாடல் பின்னாளில் சிறப்புறும் என்பதில் அவருக்குச் சிறிதும் ஐயமில்லை. அவர் எதிர்பார்த்தபடியே, இது நாடெங்கிலும் பாடப்படுகிறது.

இன்கவி இருக்கு மட்டும்
கனிரச மதுவே, நீ இனிப்பிலை, வெல்லமே
கைவிடுஉன் கர்வந்தன்னை
இனியுனக் கேதுசுவை? திராட்சையே அமுதமே
உன்சுவை இறந்த தன்றே
இனியநற் பாலென்ன மாது மாங்கனியென்ன
இனி எவை இனிக்கக் கூடும்!

கீத கோவிந்தம் - இனிமைக்கே இனிமை சேர்ப்பது. இனிமைகளிலெல்லாம் இனிமையானது. இனிய கவிதையாகிய கீத கோவிந்தம் இருக்கும் வரை, ‘ஏ, கனிரச மதுவே! உன்னுடைய

இனிப்பு இனிப்பே இல்லை. வெல்லமே! இன் நான் தித்திப்பானவன் என்று பீற்றிக்கொள்ளாதே! உனக்கு இனி ஏது சுவை? திராட்சைப் பழமே! அமுதமே! நீங்களெல்லாம் தித்திப்பெனச் சொல்லப்பட்டது கடந்தகாலமாகப் போனது. கீத கோவிந்தத்துக்குமுன் நீங்கள் தித்திப்பே இல்லை. இனிமையான பால், இளவயது மங்கை, மாங்கனி - இவற்றின் இனிப்பெல்லாம் இனி எடுபடாது. எனவே, தனக்குமேல் இனிப்பில்லாத கீத கோவிந்தத்தைப் படியுங்கள்! பாடுங்கள்! பரவசப்படுங்கள்!

ஸ்ரீ ஜெயதேவர் அருளிய கீத கோவிந்த மஹா காவ்யம்

(அஷ்டபதி)

த்யான ச்லோகம்

யத்கோபீவதனேந்து மண்டனமபூத்
கஸ்தூரிகா பத்ரகம் யல்லக்ஷ்மீகுச சாத
கும்பகலசே வ்யாகோச மிந்தீவரம் ।
யந்நிர்வாணவிதாந ஸாதனவிதள
ஸித்தாஞ்ஜனம் யோகினாம், தன்னச்யாமள
மாவிரஸ்து ஹ்ருதயே க்ருஷ்ணாபிதானம் மஹ: ॥

ராதாமனோரம ரமாவர ராஸ லீலா
கானாம்ருதைக பணிதம் கவிராஜராஜம் ।
ஸ்ரீமாதவார்சனவிதா வனுராகஸத்ம
பத்மாவதீ ப்ரியதமம் ப்ரணதோஸ்மி நித்யம் ॥

ஸ்ரீகோபாலவிலாஸினீ வலயஸத் ரத்னாதி
முக்தாக்ருதி, ஸ்ரீராதாபதி பாதபத்ம
பஜனாநந்தாப்தி மக்னோனிசம் ।
லோகே ஸத்கவிராஜ ராஜ இதி ய: க்யாதோ
தயாம்போநிதி: தம் வந்தே ஜயதேவ
ஸத்குருவரம் பத்மாவதீ வல்லபம் ॥

ஸர்க்கம் 1 அஷ்டபதி 1

ஸ்லோகம்

மேகைர் மேதுரமம்பரம் வனபுவ:
ஷ்யாமாஸ்தமாலத்ருமை: நக்தம் பீரூரஸம்

த்வமேவ ததிமம் ராதே க்ருஹம் ப்ராபய ।
இத்தம் நந்த நிதேஷத: சலிதயோ: ப்ரத்
யத்வகுஞ்ஜத்ருமம் ராதா மாதவ்யோர்
ஜயந்தி யமுனாகூலே ரஹ: கேளய: ॥

வாக்தேவதா சரித சித்ரித சித்தஸத்மா
பத்மாவதீ சரண சாரண சக்ரவர்த்தீ ।
ஸ்ரீவாஸுதேவ ரதிகேளி கதாசமேத
மேதம் கரோதி ஜயதேவ கவி: ப்ரபந்தம் ॥

யதிஹரிஸ்மரணே ஸரஸம் மனோ
யதி விலாஸகலாஸு குதூகலம் ।
மதுர கோமள காந்த பதாவலீம்
ஸ்ருணு ததா ஜயதேவ ஸரஸ்வதீம் ॥

வாச: பல்லவயத்யுமாபதிதரஸ் ஸந்தர்ப்பசுத்திம் கிராம்
ஜாநீதே ஜயதேவ ஏவ சரண: ஸ்லாக்யோ துரூஹத்ருதே: ।
ஸ்ருங்காரோத்தர ஸத்ப்ரமேய ரசனை ராசார்ய கோவர்த்தன
ஸ்பர்தீ கோ(அ)பி ந விஸ்ருத: ஸ்ருதிதரோ தோயீ
கவீக்ஷ்மாபதி: ॥

ராகம்: மாளவம் ***தாளம்: ஆதி***

ப்ரளய பயோதிஜலே த்ருதவானஸி வேதம்
விஹித வஹித்ர சரித்ர மகேதம்
கேசவ த்ருத மீன சரீர (ஜய ஜகதீச ஹரே) 1

க்ஷிதிரதிவிபுலதரே தவ த்ருஷ்டதி ப்ருஷ்டே
தரணி தரண கிண சக்ர கரிஷ்டே
கேசவ த்ருத கச்சப ரூப (ஜய ஜகதீச ஹரே) 2

வஸதி தசன சிகரே தரணீ தவ லக்னா
சசினி களங்ககலேவ நிமக்னா
கேசவ த்ருத ஸுகர ரூப (ஜய ஜகதீச ஹரே) 3

தவகர கமலவரே நகமத்புத ஸ்ருங்கம்
தளித ஹிரண்யகசிபு தநுப்ருங்கம்
கேசவ த்ருத நரஹரி ரூப (ஜய ஜகதீச ஹரே) 4

சலயஸி விக்ரமணே பலிமத்புதவாமன
பதநகநீர ஜனித ஜன பாவன
கேசவ த்ருத வாமன ரூப (ஜய ஜகதீச ஹரே) 5

க்ஷத்ரிய ருதிரமயே ஜகதபகதபாபம்
ஸ்நபயஸி பயன ஸமிதபவதாபம்
கேசவ த்ருத ப்ருகுபதிரூப (ஜய ஜகதீச ஹரே) 6

விதரஸி திக்ஷுரணே திக்பதி கமனீயம்
தசமுக மௌளி பலிம் ரமணீயம்
கேசவ த்ருத ரகுபதிரூப (ஜய ஜகதீச ஹரே) 7

வஹஸி வபுஸி விஷதே வசனம் ஜலதாபம்
ஹலஹதி பீதி மிலித யமுனாபம்
கேஸவ த்ருத ஹலதர ரூப (ஜய ஜகதீச ஹரே) 8

நிந்தஸி யக்ஞவிதேரஹ ஹஸ்ருதிஜாதம்
ஸதய ஹ்ருதய தர்ஷித பசுகாதம்
கேசவ த்ருத புத்த சரீர (ஜய ஜகதீச ஹரே) 9

ம்லேச்ச நிவஹ நிதனே கலயஸி கரவாளம்
தூமகேதுமிவ கிமபி கராளம்
கேசவ த்ருத கல்கி சரீர (ஜய ஜகதீச ஹரே) 10

ஸ்ரீ ஜயதேவ கவேரிதமுதித முதாரம்
ஸ்ருணு ஸுகதம் சுபதம் பவசாரம்
கேசவ த்ருத தசவித ரூப (ஜய ஜகதீச ஹரே) 11

ஸர்க்கம் 1 அஷ்டபதி 2

ஸ்லோகம்

வேதாநுத்தரதே ஜகந்திவகதே பூகோளமுத்பிப்ரதே
தைத்யம் தாரயதே பலிம் சலயதே க்ஷத்ரக்ஷயம் குர்வதே ।

பௌலஸ்த்யம் ஜயதே ஹலம் கலயதே காருண்யமாதந்வதே
ம்லேச்சான் மூர்ச்சயதே தசாக்ருதிக்ருதே க்ருஷ்ணாய துப்யம்
நம: ॥

ராகம்: பைரவி **தாளம்: திரிபுடை**

ஸ்ரித கமலாகுச மண்டல த்ருதகுண்டல
கலித லலித வனமால (ஜயஜய தேவ ஹரே) 1

தினமணி மண்டல மண்டன பவகண்டன
முனி ஜனமானஸ ஹம்ஸ (ஜயஜய தேவ ஹரே) 2

காளிய விஷதர பஞ்ஜன ஜன ரஞ்ஜன
யதுகுல நளின தினேஸ (ஜயஜய தேவ ஹரே) 3

மதுமுரநரக விநாசன கருடாசன
சுரகுல கேளி நிதான (ஜயஜய தேவ ஹரே) 4

அமல கமலதள லோசன பவமோசன
த்ரிபுவன பவன நிதான (ஜயஜய தேவ ஹரே) 5

ஜனக சுதா குச பூஷண ஜிததூஷண
சமர ஸமித தசகண்ட (ஜயஜய தேவ ஹரே) 6

அபினவ ஜலதர சுந்தர த்ருத மந்தர
ஸ்ரீ முகசந்த்ர சகோர (ஜயஜய தேவ ஹரே) 7

ஸ்ரீ ஜயதேவ கவேரிதம் குருதே முதம்
மங்கல முஜ்வல கீதம் (ஜயஜய தேவ ஹரே) 8

பத்மா பயோதர தட பரிரம்ப லக்ன
காஷ்மீர முத்ரிதமுரோ மதுஸூதனஸ்ய ।

வ்யக்தானுராகமிவ கேலதநங்க கேத
ஸ்வேதாம்பு பூரம் - அநுபூரயது ப்ரியம்வ: ॥

ஸர்க்கம் 1 அஷ்டபதி 3

ஸ்லோகம்

வஸந்தே வாஸந்தீ குஸூம ஸுகுமாரை ரவயவை:
ரமந்தீம் காந்தாரே பஹுவிஹித க்ருஷ்ணானுஸரணாம் ।

அமந்தம் கந்தர்பஜ்வர ஜனித சிந்தாகுலதயா
வலத்பாதாம் ராதாம் ஸரஸமிதம் ஊசே ஸஹசரீ ॥

ராகம்: வசந்தா ***தாளம்: ஆதி***

லலித லவங்க ஸதா பரிசீலன கோமள மலய சமீரே
மதுகர நிகர கரம்பித கோகில கூஜித குஞ்ஜ குடீரே

பல்லவி

விஹரதி ஹரிரிஹ ஸரஸ வஸந்தே
ந்ருத்யதி யுவதி ஜனேன ஸமம் ஸகி
விரஹி ஜனஸ்ய துரந்தே 1(விஹரதி)

உன்மத மதன மனோரத பதிக வதூஜன ஜனித விலாபே
அளிகுல ஸங்குல குஸுமஸமூக நிராகுல வகுள கலாபே
2 (விஹரதி)

ம்ருகமத ஸௌரப ரபஸ வசம்வத நவதள மால தமாலே
யுவஜன ஹ்ருதய விதாரண மனஸிஜ நகருசி கிம்ஸுக ஜாலே
3 (விஹரதி)

மதன மஹீபதி கனகதண்டருசி கேஸர குஸும விகாஸே
மிளித ஸிலீமுக பாடல படல க்ருதஸ்மர தூண விலாஸே
4 (விஹரதி)

விகளித லஜ்ஜித ஜகதவலோகன தருண கருண க்ருதஹாஸே
விரஹி நிக்ருந்தன குந்தமுகாக்ருதி கேதகி தந்துரிதாஸே
5 (விஹரதி)

மாதவிகா பரிமள மிளிதே நவ மாலிகயாதி சுகந்தௌ
முனிமனஸாமபி மோஹனகாரிணி தருணாகாரண பந்தௌ
6 (விஹரதி)

ஸ்புரததிமுக்த லதாபரிரம்பண முகுளித புலகித சூதே
ப்ருந்தாவன விபினே பரிசர பரிகத யமுனா ஜலபூதே
7 (விஹரதி)

ஶ்ரீ ஜயதேவ பணிதமிதமுதயதி ஹரிசரணஸ்ம்ருதி ஸாரம்
ஸரஸவஸந்த ஸமய வன வர்ணன மநுகத மதனவிகாரம்
8 (விஹரதி)

தரவிதளித வல்லீ மல்லி சஞ்சத் பராக
ப்ரகடித படவாஸைர் வாஸயன் கானனானி ।
இஹ ஹி தஹதி சேத: கேதகீ கந்தபந்து:
ப்ரஸர தஸமபாண ப்ராணவத் கந்தவாஹ: ॥

உன்மீலன் மதுகந்தலுப்த மதுப வ்யாதூத சூதாங்குர
க்ரீடத் கோகில காகலீ கலகலை: உத்கீர்ண கர்ணஜ்வரா: ।
நீயந்தே பதிகை: கதம் கதமபி த்யானாவதான க்ஷண
ப்ராப்த ப்ராண ஸமா ஸமாகம ரஸோல்லாஸைஅமீ வாஸரா: ॥

ஸர்க்கம்1 அஷ்டபதி 4

ஸ்லோகம்

அநேகநாரீ பரிரம்ப ஸம்ப்ரம
ஸ்புரன் மனோஹாரி விலாஸ லாலஸம் ।

முராரிமாராத் உபதர்ச’யந்த்யஸௌ
ஸகீ ஸமக்ஷம் புனராஹ ராதிகாம் ॥

ராகம் : பந்துவராளி ***தாளம்: ஆதி***

சந்தன சர்ச்சித நீலகளேபர பீதவசன வனமாலீ
கேளி சலன்மணி குண்டல மண்டித கண்டயுக ஸ்மிதசாலீ

பல்லவி

ஹரிரிஹ முக்தவதூநிகரே விலாஸினி விலஸதி கேளிபரே

1 (ஹரி)

பீநபயோதர பாரபரேண ஹரிம் பரிரப்ய ஸராகம்
கோபவதூரநு காயதி காசித் உதஞ்சித பஞ்சமராகம்
2 (ஹரி)

காபி விலாஸ விலோல விலோசந கேலன ஜனித மனோஜம்
த்யாயதி முக்தவதூரதிகம் மதுஸூதன வதன ஸரோஜம்
3 (ஹரி)

காபி கபோலதலே மிளிதா லபிதும் கிமபி ஸ்ருதிமூலே
சாரு சுசும்ப நிதம்பவதீ தயிதம் புலகைரநுகூலே 4 (ஹரி)

கேளி கலா குதுகேந ச காசிதமும் யமுனாவனகூலே
மஞ்சுள வஞ்சுள குஞ்சகதம் விசகர்ஷ கரேண துகூலே
5 (ஹரி)

கரதல தாள தரளவலயாவலி கலித கவஸ்வநவம்ஸே
ராஸரஸே ஸஹந்ருத்யபரா ஹரிணா யுவதி: ப்ரஸஸம்ஸே
6 (ஹரி)

ஸ்லிஷ்யதி காமபி சும்பதி காமபி ரமயதி காமபி ராமாம்
பஷ்யதி ஸஸ்மித சாருதராம் அபராமநுகச்சதி வாமாம்
7 (ஹரி)

ஸ்ரீ ஜயதேவ பணிதமிதம்அத்புத கேஸவகேளி ரஹஸ்யம்
ப்ருந்தாவனவிபினே சரிதம் விதநோது சுபானி யசஸ்யம்
8 (ஹரி)

விஸ்வேஷாம்அநுரஞ்ஜனேன ஜநயந் ஆநந்தமிந்தீவர
ஸ்ரேணீஷ்யாமள கோமளை: உபநயந்
அங்கைரநங்கோத்ஸவம் ।

ஸ்வச்சந்தம் வ்ரஜசுந்தரீபிரபித: ப்ரயங்கமாலிங்கித:
ஸ்ருங்கார: ஸகி மூர்த்திமானிவ மதௌ முக்தோ ஹரி: க்ரீடதி ॥

நித்யோத்ஸங்க வஸத்புஜங்க கபளக்லேஷாதி வேஷாசலம்
ப்ராலேய ப்லவநேச்சயாநுரஸதி ஸ்ரீகண்ட ஸைலாநில: ।

கிஞ்சித் ஸ்நிக்த ரஸாலமௌலி முகுளாந்யாலோக்ய
ஹர்ஷோதயாத்
உந்மீலந்தி குஹூ: குஹூரிதி கலோத்தாலா: பிகாநாம் கிர: ॥

ராஸோல்லாஸ பரேண விப்ரமப்ருதாம் ஆபீரவாமப்ருவாம்
அப்யர்ணம் பரிரப்ய நிர்பரமுர: ப்ரேமாந்தயா ராதயா ।
ஸாது த்வத்வதனம் ஸுதாமயமதி வ்யாஹ்ருத்ய கீதஸ்துதி
வ்யாஜாதுத்படசும்பித: ஸ்மிதமனோஹாரீ ஹரி: பாது வ: ॥

இதி ஸ்ரீகீத கோவிந்தே ச்ருங்கார மஹாகாவ்யே
ஸ்ரீ க்ருஷ்ணதாஸ ஜயதேவக்ருதௌ ஸாமோத
தாமோதரோ நாம ப்ரதமஸர்க்க:

ஸர்க்கம் 2 அஷ்டபதி 5
ஸ்லோகம்

விஹரதி வனே ராதா ஸாதாரண ப்ரணயே ஹரௌ
விகளித நிஜோத்கர்ஷாத் ஈர்ஷ்யாவஸேன கதாத்யத: ।
க்வசிதபி லதாகுஞ்ஜே குஞ்ஜந் மதுவ்ரத மண்டலீ
முகர சிகரே லீநா தீநாப்யுவாச ரஹஸ்ஸகீம் ॥

ராகம்: தோடி   **தாளம்: ஆதி**

ஸஞ்சரததர ஸுதா மதுரத்வனி முகரித மோகநவம்ஸம்
சலித த்ருகஞ்சல சஞ்சல மௌளி கபோல விலோலவதம்ஸம்

பல்லவி

ராஸே ஹரிமிஹ விஹித விலாஸம்
ஸ்மரதி மனோ மம க்ருத பரிஹாஸம்   1 (ராஸே)

சந்த்ரக சாருமயூரசி கண்டக மண்டல வலயித கேசம்
ப்ரசுர புரந்தர தநுரநுரஞ்ஜிதமேதுரமுதிரஸுவேஷம்
                                        2 (ராஸே)

கோப கதம்ப நிதம்பவதீமுக சும்பந லம்பிதலோபம்
பந்துஜீவ மதுராதர பல்லவ கலிததரஸ்மித சோபம்
                                        3 (ராஸே)

விபுல புலகபுஜ பல்லவ வலயித வல்லவ யுவதி ஸகஸ்ரம்
கரசரணோரசி மணிகண பூஷண கிரணவிபிந்ந தமிஸ்ரம்
                                        4 (ராஸே)

ஜலதபடல சலதிந்து விநிந்தக சந்தன பிந்துல லாடம்
பீநபயோதர பரிஸர மர்த்தன நிர்தய ஹ்ருதய கபாடம்
                                        5 (ராஸே)

மணிமய மகர மனோகர குண்டல மண்டித கண்டமுதாரம்
பீதவஸனமநு கதமுநிமநுஜ ஸுராஸுர வரபரிவாரம்
6 (ராஸே)

ஸவிதகதம்ப தலே மிளிதம் கலிகலுஷபயம் ஸமயந்தம்
மாமபி கிமபி தரங்கதனங்க த்ருஷா வபுஸா ரமயந்தம்
7 (ராஸே)

ஸ்ரீ ஜயதேவ பணிதமதிஸுந்தர மோஹன மதுரிபுரூபம்
ஹரிசரணஸ்மரணம் ப்ரதி ஸம்ப்ரதி புண்யவதாமநுரூபம்
8 (ராஸே)

ஸர்க்கம் 2 அஷ்டபதி 6

ஸ்லோகம்

கணயதி குணக்ராமம் ப்ராமம் ப்ரமாதபி நேஹதே
வஹதி ப பரிதோஷம் தோஷம் விமுஞ்சதி தூரத: ।
யுவதிஷு வலத்த்ருஷ்ணே க்ருஷ்ணே விஹாரிணி மாம் விநா
புநரபி மனோ வாம காமம் கரோதி கரோமி கிம்: ॥

ராகம்: காம்போஜி ***தாளம்: திரிபுடை***

நிப்ருத நிகுஞ்ஜக்ருஹம் கதயா நிஸி ரஹஸி நிலீய வசந்தம்
சகிதவிலோகித சகலதிசா ரதிரபஸவசேண ஹஸந்தம்

பல்லவி

ஸகி ஹே கேஸி மதனமுதாரம் ரமய மயா ஸஹ
மதன மனோரத பாவிதயா ஸவிகாரம் 1 (ஸகிஹே)
ப்ரதம சமாகம லஜ்ஜிதயா படுசாடுஸதைரநுகூலம்
ம்ருது மதுரஸ்மிதபாஷிதயா ஸிதிலீக்ருத ஜகதநுகூலம்
2 (ஸகிஹே)
கிஸலய ஸயன நிவேஸிதயா சிரமுரஸி மமைவ ஸ்யானம்
க்ருத பரிரம்பண சும்பநயா பரிரப்ய க்ருதாதரபானம்
3 (ஸகிஹே)

அலஸநிமீலித லோசனயா புலகாவலிலலிதகபோலம்
ஸ்ரமஜல ஸகல களேபரயா வரமதன மதாததி லோலம்
4 (ஸகிஹே)

கோகில கலரவ கூஜிதயா ஜிதமனஸிஜ தந்த்ரவிசாரம்
ஸ்லதகுஸுமா குலகுந்தளயா நகலிகித கனஸ்தனபாரம்
5 (ஸகிஹே)

சரண ரணிதமணி நூபுரயா பரிபூரித ஸுரதவிதானம்
முகர விஸ்ருங்கல மேகலயா ஸகசக்ரஹ சும்பநதானம்
6 (ஸகிஹே)

ரதிஸுகஸமய ரஸாலஸயா தரமுகுளித நயன ஸரோஜம்
நிஸ்ஸஹநிபதித தநுலதயா மதுஸூதநமுதிதமனோஜம்
7 (ஸகிஹே)

ஸ்ரீ ஜயதேவ பணிதமித மதிஸயமதுரிபு நிதுவநஸீலம்
ஸுகமுத்கண்டித ராதிகயாகதிதம் விதநோது ஸ்லீலம்
8 (ஸகிஹே)

ஸ்லோகங்கள்

ஹஸ்தஸ்ரஸ்த விலாஸவம்ஸமந்ருஜுப்ரூவல்லிமத்வல்லவீ
ப்ருந்தோத்ஸாஹத்ருகந்தவீக்ஷிதமதிஸ்வேதார்த்ரகண்டஸ்தலம்
।

மாமுத்வீக்ஷ்ய விலக்ஷித ஸ்மிதஸுதாமுக்தாநநம் கானனே
கோவிந்தம் வ்ரஜசுந்தரீகணவ்ருதம் பஷ்யாமி ஹ்ருஷ்யாமிச
॥

துராலோகஸ்தோக ஸ்தபக நவகாஸோகலதிகா
விகாச: காஸாரோபவனபவனோயம்பி வ்யதயதி ।
அபி ப்ராம்யத்ப்ருங்கீரணீதரமணீயா ந முகுள
ப்ரஸூதிஷ்சூதானாம் ஸகி சிகரிணீயம் சுகயதி ॥

ஸாகூதஸ்மித மாகுலாகுல களத்தம்மில்ல முல்லாஸித
ப்ருவல்லீகமளீகதர்ஸிதபுஜாமூலார்த்தவ த்ருஷ்டஸ்தனம் ।
கோபீனாம் நிப்ருதம் நிரீஷ்ய கமிதாகாங்க்ஷஸ்ஸிரம்
சிந்தயந்
அந்தர்முக்த மனோஹரம் ஹரது வ: க்லேசம் நவ: கேசவ: ।

இதி ஸ்ரீ கீத கோவிந்தே ச்ருங்கார மஹாகாவ்யே
ஸ்ரீ க்ருஷ்ணதாஸ ஜயதேவ க்ருதௌ
அக்லேச கேசவோ நாம த்விதீயஸ்ஸர்க:

ஸர்க்கம்- 3 அஷ்டபதி- 7
ஸ்லோகம்

கம்ஸாரிரபி ஸம்ஸார வாஸனாபத்த ஸ்ருங்கலாம் ।
ராதா மாதாய ஹ்ருதயே தத்யாஜ வ்ரஜ சுந்தரீ: ॥

இதஸ்ததஸ் தாமநுஸ்ருத்ய ராதிகாம்
அநங்கபாண வ்ரணகின்ன மாநஸ: ।
க்ருதாநுதாபஸ்ஸ களிந்த நந்திநீ
தடாந்த குஞ்ஜே விஷஸாத மாதவ: ॥

ராகம்: பூபாளம் ***தாளம்: திரிபுடை***

மாமியம் சலிதா விலோக்ய வ்ருதம் வதூநிசயேந
ஸாபராததயா மயாபி ந வாரிதா அதிபயேன

பல்லவி

ஹரி ஹரி ஹதா தரதயா ஸா கதா குபிதேவ 1 (ஹரிஹரி)

கிம் கரிஷ்யதி கிம் வதிஷ்யதி ஸா சிரம் விரஹேண
கிம் தனேன ஜனேன கிம் மம ஜீவிதேன க்ருஹேண
2 (ஹரிஹரி)

சிந்தயாமி ததானனம் குடிலப்ரு கோபபரேண
ஸோணபத்ம மிவோபரிப்ரமதாகுலம் ப்ரமரேண
3 (ஹரிஹரி)

தாமஹம் ஹ்ருதி ஸங்கதா மநிஸம் ப்ருஸம் ரமயாமி
கிம் வனே (அ) நுஸராமி தாமிஹ கிம் வ்ருதா விலபாமி
4 (ஹரிஹரி)

தந்வி கின்னமஸூயயா ஹ்ருதயம் தவாகலயாமி
தந்த வேத்மி குதோ கதாசி நதேந தே(அ) நுநயாமி
5 (ஹரிஹரி)

த்ருஷ்யஸே புரதோ கதாகதமேவ மே விததாஸி
கிம் புரேவ ஸஸம்ப்ரமம் பரிரம்பணம் ந ததாஸி
6 (ஹரிஹரி)

க்ஷம்யதாமபரம் கதாபி தவேத்ருஸம் ந கரோமி
தேஹி சுந்தரி தர்ஸனம் மம மன்மதேன துனோமி
7 (ஹரிஹரி)

வர்ணிதம் ஜயதேவகேன ஹரேரிதம் ப்ரவணேன
கிந்துபில்வ ஸமுத்ர ஸம்பவ ரோஹிணீ ரமணேன
8 (ஹரிஹரி)

ஸ்லோகங்கள்

ஹ்ருதி பிஸலதாஹாரோ நாயம் புஜங்கம நாயக:
குவலய தளஸ்ரேணீ கண்டே ந ஸா கரளத்யுதி: ।

மலயஜரஜோ நேதம் பஸ்ம ப்ரியாரஹிதே மயி
ப்ரஹர ந ஹரப்ராந்த்யாநங்க க்ருதா கிமு தாவஸி ॥
பாணௌ மா குரு சூதஸாயகமமும் மா சாபமாரோபய
க்ரீடா நிர்ஜிதவிஸ்வ மூர்ச்சிதஜனாகாதேன கிம் பௌருஷம் ।

தஸ்யா ஏவ ம்ருகீத்ருஸோ மனஸிஜ ப்ரேங்கத் கடாக்ஷாசுக
ஸ்ரேணீஜர்ஜரிதம் மனாகபி மனோநாத்யாபி ஸந்துக்ஷதே ॥

ப்ரூபல்லவம் தநுரபாங்க தரங்கிதானி
பாணா: குணஸ்ரவணபாளிரிதி ஸ்மரேண ।
தஸ்யா மநங்கஜய ஜங்கம தேவதாயாம்
அஸ்த்ராணி நிர்ஜிதஜகந்தி கிமர்ப்பிதானி ॥

ப்ரூசாபே நிஹித: கடாக்ஷவிசிகோ நிர்மாது மர்மவ்யதாம்
ஷ்யாமாத்மா குடில: கரோது சுபரீபாரோ(அ)பி
மாரோத்யமம் ।

மோஹம் தாவதயம் ச தந்வி தநுதாம் பிம்பாதரோ ராகவான்
ஸத்வ்ருத்த: ஸ்தனமண்டலஸ்தவ கதம் ப்ராணைர் மம
க்ரீடதி॥

தாநிஸ்பர்ஷஸுகாநிதே ச ஸரளா: ஸ்நிக்தா த்ருஷோர் விப்ரமா:
தத்வக்த்ராம்புஜ சௌரபம் ஸ ச ஸுதாஸ்யந்தி க்ராம் வக்ரிமா।

ஸா பிம்பாதர மாதுரீதி விஷயா ஸங்கேபி சேன் மானஸம்,
தஸ்யாம் லக்நஸமாதி ஹந்த வ்ரஹ்யாதி: கதம் வர்ததே ॥

திர்யக்கண்ட விலோலமௌலி தரளோத்தம்ஸஸ்ய
வம்ஷோச்சரத்
கீதஸ்தான க்ருதாவதான லலநாலக்ஷைர் ந ஸம்லக்ஷிதா: ।
ஸம்முக்தம் மதுஸூதநஸ்ய மதுரே ராதா முகேந்தௌ ம்ருது
ஸ்யந்தம் கந்தளிதாஷ்சிரம் தததுவ: க்ஷேமம்
கடாக்ஷோர்மய: ॥

இதி ஸ்ரீ கீத கோவிந்தே ச்ருங்கார மஹாகாவ்யே
ஸ்ரீ க்ருஷ்ணதாஸ ஜயதேவக்ருதௌ முக்தமதுஸூதனோ
நாம த்ருதீயஸ்ஸர்க:

ஸர்க்கம்- 4 அஷ்டபதி- 8

ஸ்லோகம்

யமுனா தீர வானீர நிகுஞ்ஜே மந்தமாஸ்திதம் ।
ப்ராஹ ப்ரேமபரோத்ப்ராந்தம் மாதவம் ராதிகாசகீ ॥

ராகம்: ஸௌராஷ்ட்ரம் /கானடா **தாளம்: ஆதி**

நிந்ததி சந்தனமிந்துகிரணமநு விந்ததி கேதமதீரம்
வ்யாளநிலய மிளநேந கரளமிவ கலயதி மலயஸமீரம்

பல்லவி

ஸா விரஹே தவ தீனா மாதவ மனஸிஜ விஷிக பயாதிவ
பாவனயா த்வயி லீனா 1 (ஸா விரஹே)

அவிரள நிபதித மதனஸராதிவ பவதவனாய விஸாலம்
ஸ்வஹ்ருதய மர்மணி வர்ம கரோதி ஸஜல நளினீதலஜாலம்
2 (ஸா விரஹே)

குஸுமவிஸிக ஸரதல்பமநல்ப விலாஸகலா கமனீயம்
வ்ரதமிவ தவ பரிரம்பஸுகாய கரோதி குஸும சயநீயம்
3 (ஸா விரஹே)

வஹதி ச களிதவிலோசன ஜலதரமாநந கமலமுதாரம்
விதுமிவ விகட விதுந்துத தந்த தளநகளிதாம்ருத தாரம்
4 (ஸா விரஹே)

விலிகதி ரஹஸி குரங்கமதேன பவந்தம்அசமசரபூதம்!
ப்ரணமதி மகரமதோ விநிதாய கரேச ஸரம் நவசூதம்
5 (ஸா விரஹே)

ப்ரதிபத மிதமபி நிகததி மாதவ தவ சரணே பதிதாஹம்
த்வயி விமுகே மயி ஸபதி ஸுதாநிதி ரபி தநுதே தநுதாஹம்
6 (ஸா விரஹே)

த்யான லயேன புர: பரிகல்ப்ய பவந்தமதீவ துராபம்
விலபதி ஹஸதி விஷீததி ரோதிதி சஞ்சதி முஞ்சதி தாபம்
7 (ஸா விரஹே)

ஸ்ரீ ஜயதேவ பணிதமிதமதிகம் யதி மனஸா நடநீயம்
ஹரிவிரஹாகுல வல்லவயுவதி ஸகீவசனம் படநீயம்
8 (ஸா விரஹே)

ஸர்க்கம்-4 அஷ்டபதி-9

ஸ்லோகம்

ஆவாஸோ விபிநாயதே ப்ரியஸகீ மாலாபி ஜாலாயதே
தாபோ நிச்வஸிதேன தாவதஹந ஜ்வாலா கலாபாயதே ।
ஸாபி த்வத்விரஹேண ஹந்த ஹரிணீ ரூபாயதே ஹா கதம்
கந்தர்போ(அ)பி யமாயதே விரசயந் ஸார்தூல விக்ரீடிதம் ॥

ராகம்: தேசாக்ஷி (பிலஹரி) ***தாளம்: திரிபுடை***

ஸ்தன விநிஹிதமபி ஹாரமுதாரம்
ஸா மநுதே க்ருஷ தநுரதி பாரம்

பல்லவி

ராதிகா க்ருஷ்ணராதிகா விரஹே தவ கேஸவ 1 (ராதிகா)

ஸரஸமஸ்ருணமபி மலயஜபங்கம்
பஷ்யதி விஷமிவ வபுஷி ஸஷங்கம் 2 (ராதிகா)

ஸ்வஸிதபவனம் அநுபம பரிணாஹம்
மதந தஹநமிவ வஹதி ஸதாஹம் 3 (ராதிகா)

திஷி திஷி கிரதி ஸஜல கண ஜாலம்
நயந நளினமிவ விகளிதநாளம் 4 (ராதிகா)

நயந விஷயமபி கிஸலய தல்பம்
கலயதி விஹித ஹுதாசந கல்பம் 5 (ராதிகா)

த்யஜதி ந பாணி தலேன கபோலம்
பாலஸஸி நமிவ ஸாயமலோலம் 6 (ராதிகா)

ஹரிரிதி ஹரிரிதி ஜடதி ஸகாமம்
விரஹ விஹித மரணேவ நிகாமம் 7 (ராதிகா)

ஸ்ரீ ஜயதேவ பணிதமிதி கீதம்
ஸுகயது கேசவ பதமுபநீதம் 8 (ராதிகா)

ஸ்லோகங்கள்

ஸா ரோமாஞ்சதி ஸித்கரோதி விலபதியுத்கம்பதே தாம்யதி
த்யாயதியுத்ப்ரமதி ப்ரமீலதி பததியுத்யாதி மூர்ச்சத்யபி ।
ஏதாவதீஅதநுஜ்வரே வரதநுர்ஜீவேந்ந கிம் தே ரஸாத்
ஸ்வர்வைத்யப்ரதிம ப்ரஸீதஸி யதி த்யக்தோ(அ)ந்யதா
ஹஸ்தக: ॥

ஸ்மராதுராம் தைவத வைத்யஹ்ருதய
த்வதங்க ஸங்காம்ருத மாத்ர ஸாத்யாம் ।
விமுக்தபாதாம் குருஷே ந ராதாம்
உபேந்த்ர வஜ்ராதிக தாருணோ(அ)ஸி: ॥

கந்தர்ப்ப ஜ்வர ஸம்ஜ்வராகுலனோ: ஆச்சர்யமஸ்யாஷ்சிரம்
சேதஷ் சந்தன சந்த்ரம: கமலிநீ சிந்தாஸு ஸந்தாம்யதி ।
கிம் து க்லாந்திவஸேன ஸீதலதரம் த்வா-மேகமேவ ப்ரியம்
த்யாயந்தீ ரஹஸி ஸ்திதா கதமபி க்ஷீணா க்ஷணம் ப்ராணிதி ॥

க்ஷணமபி விரஹ: புரா ந ஸேகே
நயந நிமீலன கின்னயா அநயா தே ।

ஸ்வஸிதி கதமஸௌ ரஸால சாகாம்
சிரவிரஹேண விலோக்ய புஷ்பிதா க்ராம் ॥
வ்ருஷ்டி வ்யாகுல கோகுலாவன வஸாத் உத்த்ருத்ய
கோவர்த்தனம்
பிப்ரத் வல்லவ வல்லபாபிரதிகா நந்தாச்சிரம் சும்பித: ।
தர்ப்பேணவ ததர்ப்பிதா தரதடீஸிந்தூர முத்ராங்கிதோ
பாஹுர்கோபதனோஸ் தநோது பவதாம் ஸ்ரேயாம்ஸி
கம்ஸத்விஷ: ॥
இதி ஸ்ரீ கீதகோவிந்தே ச்ருங்கார மஹா காவ்யே
ஸ்ரீ கிருஷ்ணதாஸ ஜயதேவக்ருதௌ ஸ்நிக்தமதுஸூதநோ
நாம சதுர்தஸ் ஸர்க்க:

ஸர்க்கம்-5 அஷ்டபதி-10

ஸ்லோகம்

அஹமிஹ நிவஸாமி யாஹி ராதாம்
அநுநய மத்வசனேன ச ஆநயேதா: ।
இதி மதுரிபுணா ஸகீ நியுக்தா
ஸ்வயமிதமேத்ய புனர்ஜகாத ராதாம் !!

ராகம்: ஆனந்த பைரவி ***தாளம்: ஆதி***

வஹதி மலய ஸமீரே மதநம் உபநிதாய
ஸ்புடதி குஸுமநிகரே விரஹி ஹ்ருதயதளனாய

பல்லவி

தவ விரஹே வநமாலீ ஸகி ஸீததி ராதே 1 (தவ)

தஹதி சிசிரமயூகே மரணமநு கரோதி
பததி மதனவிஸிகே விலபதி விகலதரோ(அ)தி 2 (தவ)

த்வனதி மதுபஸமூஹே ஸ்ரவணமபி ததாதி
மனஸி சலித விரஹே நிசி நிசி ருஜமுபயாதி 3 (தவ)

வஸதி விபின விதானே த்யஜதி லலித தாம
லுடதி தரணிசயநே பஹு விலபதி தவ நாம 4 (தவ)

ரணதி பிகஸமவாயே ப்ரதிதிசமதுயாதி
ஹஸதி மநுஜநிசயே விரஹமபலபதி நேதி 5 (தவ)

ஸ்புரதி கலரவராவே ஸ்மரதி மணிதமேவ
தவ ரதிஸுகவிபவே கணயதி ஸுகுணமதீவ 6 (தவ)

த்வதபிதசுபதமாஸம் வததி யதி ஸ்ருணோதி
தமபி ஜபதி ஸரஸம் யுவதிஷு ந ரதிமுபைதி 7 (தவ)

பணதி கவி ஜயதேவ விரஹ விலஸிதேந
மனஸி ரபஸவிபவே ஹரிருதயது ஸுக்ருதேந 8 (தவ)

ஸர்க்கம் 5 அஷ்டபதி 11

ஸ்லோகம்

பூர்வம் யத்ர ஸமம் த்வயா ரதிபதே: ஆஸாதிதாஸ் சித்தய:
தஸ்மிந்நேவ நிகுஞ்ஜ மன்மத மஹாதீர்த்தே புனர்மாதவ: ।
த்யாயன் த்வாமநிஸம் ஜபந்நபி தலைவாலாபமந்த்ராவலீம்
பூயஸ்த்வத் குச கும்ப நிர்பர பரீரம்பாம்ருதம் வாஞ்சதி ॥

ராகம்: கேதாரகௌளம் **தாளம்: ஆதி**

ரதிஸுகஸாரே கதமபிஸாரே மதனமனோகர வேஷம்
ந குரு நிதம்பிநி கமநவிலம்பனம் அநுஸரதம் ஹ்ருதயேசம்

பல்லவி

தீரஸமீரே யமுனாதீரே வஸதி வனே வனமாலீ
கோபீபீன பயோதரமர்தன சஞ்சல கரயுகசாலீ 1 (தீர)

நாமஸமேதம் க்ருதஸங்கேதம் வாதயதே ம்ருதுவேணும்
பஹூ மநுதே (அ)தநு தே தநுஸங்கத பவநசலிதமபி ரேணும்
2 (தீர)

பததி பதத்ரே விசலதி பத்ரே சங்கிதபவதுபயானம்
ரசயதி சயனம் ஸசகிதநயனம் பஷ்யதி தவ பந்தானம் 3 (தீர)

முகரமதீரம் த்யஜ மஞ்ஜீரம் ரிபுமிவ கேளிஷு லோலம்
சல ஸகி குஞ்ஜம் ஸதிமிரபுஞ்ஜம் சீலய நீல நிசோளம் 4 (தீர)

உரஸிமுராரே: உபஹிதஹாரே கன இவ தரளபலாகே
தடிதிவ பீதே ரதிவிபரீதே ராஜஸி ஸுக்ருதவிபாகே 5 (தீர)

விகளிதவஸனம் பரிஹ்ருதரஸநம் கடய ஜகநமபிதானம்
கிஸலயசயனே பங்கஜநயனே நிதிமிவ ஹர்ஷ நிதானம் 6 (தீர)

ஹரிரபிமாநீ ரஜநிரிதாநீம் இயமுபயாதி விராமம்
குரு மம வசனம் ஸத்வர ரசனம் பூரய மதுரிபுகாமம் 7 (தீர)

ஸ்ரீ ஜயதேவ க்ருதஹரிஸேவே பணதி பரமரமணீயம்
ப்ரமுதிதஹ்ருதயம் ஹரிமதிஸதயம் நமத ஸுக்ருதகமநீயம்
8 (தீர)

ஸ்லோகங்கள்

விஹிரதி முஹூ: ஸ்வாஸான் ஆசா: புரோ முஹூரீக்ஷதே
ப்ரவிசதி முஹூ: குஞ்ஜம் குஞ்ஜன் முஹுர்பஹு தாம்யதி ।
ரசயதி முஹுஸ்ஸய்யாம் பர்யாகுலம் முஹுரீக்ஷதே
மதனகதனக்லாந்த: காந்தே ப்ரியஸ்தவ வர்ததே ॥

த்வத்வாக்யேன ஸமம் ஸமக்ரமதுநா திக்மாம்ஸு ரஸ்தங்கதோ
கோவிந்தஸ்ய மனோரதேன ச ஸமம் ப்ராப்தம் தமஸ்
ஸாந்த்ரதாம் ।

கோகானாம் கருணஸ்வனேன ஸத்ருஸீ தீர்க்கா மதபயர்த்தனா
தன்முக்தே விபலம் விலம்பநமஸௌ ரம்யோ(அ)
பிஸாரக்ஷண: ॥

ஆஷ்லேஷாதநு சும்பநாதநு நகோல்லேகாதநு ஸ்வாந்தஜ
ப்ரோத்போதாதநு ஸ்ம்ப்ரமாதநு ரதாரம்பாதநு ப்ரீதயோ: ।
அத்யார்தம் கதயோர் ப்ரமான்மிளிதயோஸ் ஸம்பாஷணைர்
ஜாநதோ:
தம்பத் யோரிஹ கோ ந கோ ந தமஸி வ்ரீடா விமிஸ்ரோ ரஸ: ॥

ஸபய சகிதம் விந்யஸயந்தீம் த்ருசம் திமிரே பதி
ப்ரதிதரு முஹு: ஸ்தித்வா மந்தம் பதாநி விதந்வதீம் ।
கதமபி ரஹ: ப்ராப்தாம்அங்கைரநங்கதரங்கிதை:
ஸுமுகி ஸுபக: பஷ்யந் ஸ த்வாமுபைது க்ருதார்ததாம் ॥

ராதாமுக்த முகாரவிந்த மதுபஸ் த்ரைலோக்யமௌளிஸ்தலீ
நேபத்யோசித நீலரத்னமவநீ பாராவதாராந்தக: ।
ஸ்வச்சந்தம் வ்ரஜஸுந்தரீ ஜனமனஸ்தோஷப் ப்ரதோஷச் சிரம்
கம்ஸத்வம்சன தூமகேதுரவது த்வாம் தேவகீநந்தன: ॥

இதி ஸ்ரீ கீத கோவிந்தே ச்ருங்கார மஹாகாவ்யே
ஸ்ரீ க்ருஷ்ணதாஸ ஜயதேவக்ருதௌ
அபிஸாரிகா வர்ணனே ஸாகாங்க்ஷ
புண்டரீகாக்ஷோ நாம பஞ்சமஸ்ஸர்க:

ஸர்க்கம் 6 அஷ்டபதி 12

ஸ்லோகம்

அததாம் கந்துமஸக்தாம் சிரமநுரக்தாம் லதாக்ருஹே
த்ருஷ்ட்வா ।
தச்சரிதம் கோவிந்தே மநஸிஜமந்தே ஸகீ ப்ராஹ ॥

ராகம் : சங்கராபரணம் **தாளம் : திரிபுடை**

பஷ்யதி திசி திசி ரஹஸி பவந்தம்
த்வததர மதுர மதூநி பிபந்தம்

பல்லவி

நாத ஹரே ஜகந்நாத ஹரே
ஸீததி ராதா வாஸக்ருஹே 1 (நாத)
த்வதபிஸரண ரபஸேந வலந்தீ
பததி பதாநி கியந்தி சலந்தீ 2 (நாத)

விஹித விஸத பிஸகிஸலய வலயா
ஜீவதி பரமிஹ தவ ரதிகலயா 3 (நாத)

முஹுரவலோகித மண்டனலீலா
மதுரிபுரஹமிதி பாவநஸீலா 4 (நாத)

த்வரிதமுபைதி ந கதமபிஸாரம்
ஹரிரிதி வததி ஸகீமநுவாரம் 5 (நாத)

ஸ்லிஷ்யதி சும்பதி ஜலதர கல்பம்
ஹரிருபகத இதி திமிரமநல்பம் 6 (நாத)

பவதி விளம்பிநி விகளிதலஜ்ஜா
விலபதி ரோதிதி வாஸகஸஜ்ஜா 7 (நாத)

ஸ்ரீ ஜயதேவகவேரிதம் உதிதம்
ரஸிகஜனம் தநுதாம் அதிமுதிதம் 8 (நாத)

ஸ்லோகங்கள்

விபுலபுலகபாளி: ஸ்பீதஸீத்காரமந்தர்:
ஜநிதஜடிமகாகுவ்யாகுலம் வ்யாஹரந்தீ ।
தவ கிதவ விதத்தே (அ) மந்தகந்தர்ப்ப சிந்தாம்
ரஸ ஜலதி நிமக்னா த்யானலக்னா ம்ருகாக்ஷீ ॥

அங்கேஷ்வாபரணம் கரோதி பஹுஷ: பத்ரேபி ஸஞ்சாரிணி
ப்ராப்தம் த்வாம் பரிஸங்கதே விதநுதே சய்யாம் சிரம் த்யாயதி ।
இத்யாகல்ப விகல்ப தல்ப ரசனா ஸங்கல்ப லீலாசத
வ்யாஸக்தாபி வினா த்வயா வரதநு: நைஷா நிசாம் நேஷ்யதி ॥

கிம் விஷ்ராம்யஸி க்ருஷ்ண பாகிபவனே பாண்டீர பூமீருஹி
ப்ராதர்யாஹி ந த்ருஷ்டிகோசரமிதஸ் ஸாநந்தநந்தாஸ்பதம் ।
ராதாயா வசநம் ததத்வகமுகாத் நந்தாந்திகே கோபதோ
கோவிந்தஸ்ய ஜயந்தி ஸாயமதிதி ப்ராஸஸ்த்யாகர்பா கிர: ॥

இதி ஸ்ரீ கீதகோவிந்தே சிருங்கார மஹாகாவ்யே ஸ்ரீ
கிருஷ்ணதாஸ ஜயதேவக்ருதௌ ஸோத்கண்டவைகுண்டோ
நாம ஷஷ்டஸ் ஸர்க்க:

ஸர்க்கம் 7 அஷ்டபதி 13

ஸ்லோகம்

அத்ராந்தரே ச குலடாகுல வர்த்ம பாத:
ஸஞ்ஜாதபாதக இவ ஸ்புடலாஞ்சனஸ்ரீ: ।
ப்ருந்தாவநரந்த்தரம்அதீபயதம்ஸுஜாலைர்
திக்ஸுந்தரி வதந சந்தன பிந்துரிந்து: ॥
ப்ரஸரதி சசதரபிம்பே விஹிதவிளம்பே ச மாதவே விதுரா ।
விரசித விவித விலாபம் ஸா பரிதாபம் சகாரஉச்சை: ॥

ராகம் : ஆஹிரி/நீலாம்பரி ***தாளம் : ஜம்பை***

கதிதஸமயே(அ)பி ஹரிரஹஹ ந யயௌ வனம்
மம விபலமித மமல ரூபமபி யௌவனம்

பல்லவி

யாமிஹே கமிஹ சரணம்
ஸகீஜன வசன வஞ்ஜிதாஹம் 1 (யாமி)

யதநுகமநாய நிசி கஹநமபி சீலிதம்
தேந மம ஹ்ருதயமிதம் அஸமசரகீலிதம் 2 (யாமி)

மம மரணமேவ வரம்அதிவிதத கேதநா
கிமிதி விஷஹாமி விரஹாநலம்அசேதனா 3 (யாமி)

மாமிஹஹி விதுரயதி மதுரமதுயாமிநீ
காபி ஹரிமநுபவதி க்ருதஸுக்ருதகாமிநீ 4 (யாமி)

அஹஹ கலயாமி வலயாதி மணிபூஷணம்
ஹரிவிரஹ தஹனவஹநேந பஹுதூஷணம் 5 (யாமி)

குஸுமஸுகுமார தநும்அசமசரலீலயா
ஸ்ரகபி ஹ்ருதி ஹந்தி மாம்அதிவிஷமசீலயா 6 (யாமி)

அகமிஹ ஹி நிவஸாமி ந விகணித வேதஸா
ஸ்மரதி மதுஸுதநோ மாமபி ந சேதஸா 7 (யாமி)

ஹரிசரண ஸரண ஜயதேவ கவி பாரதீ
வஸது ஹ்ருதி யுவதிரிவ கோமளகலாவதீ 8 (யாமி)

ஸ்லோகங்கள்

தத்கிம் காமபி காமிநீமபிஸ்ருத: கிம் வா கலாகேலிபிர்
பத்தோ பந்துபிரந்தகாரிணி வநாப்யர்ணே கிமுத்ப்ராம்யதி ।
காந்த: க்லாந்தமனா மனாகபி பதி ப்ரஸ்தாதுமேவாக்ஷம:
ஸங்கேதீக்ருதமஞ்சுவஞ்ஜுள லதாகுஞ்ஜே(அ)பியந்நாகத: ॥

ஸர்க்கம் 7 அஷ்டபதி 14

ஸ்லோகம்

அதாகதாம் மாதவ மந்தரேண
ஸகீமியம் வீக்ஷ்ய விஷா தமூகாம் ।

விச’ங்கமானா ரமிதம் கயாபி
ஜனார்தனம் த்ருஷ்டவத் ஏததாஹ ॥

ராகம் : சாரங்கா ***தாளம் : திரிபுடை***

ஸ்மர ஸமரோசித விரசித வேஸா
களித குஸுமபரவிலுளித கேசா

பல்லவி

காபி மதுரிபுணா விலஸதி யுவதி ரத்யதிக குணா 1 (காபி)

ஹரிபரிரம்பண வலித விகாரா
குசகலஸோபரி தரளித ஹாரா 2 (காபி)

விசலதளக லலிதாநந சந்த்ரா
ததரபான ரபஸ க்ருததந்த்ரா 3 (காபி)

சஞ்சல குண்டல லலித கபோலா
முகரித ரஸந ஜகந கதிலோலா 4 (காபி)

தயித விலோகித லஜ்ஜித ஹஸிதா
பஹுவித கூஜித ரதிரஸ ரஸிதா 5 (காபி)

விபுல புலக ப்ருது வேபது பங்கா
ஸ்வஸித நிமீலித விகஸதநங்கா 6 (காபி)

ஸ்ரமஜல கணபர சுபக சரீரா
பரிபதிதோரஸி ரதிரணதீரா 7 (காபி)

ஸ்ரீ ஜயதேவ பணித ஹரிரமிதம்
கலிகலுஷம் ஜனயது பரிஸமிதம் 8 (காபி)

ஸர்க்கம் 7 அஷ்டபதி 15

ஸ்லோகம்

விரஹபாண்டு முராரி முகாம்புஜ
த்யுதிரயம் திரயந்நபி வேதநாம் ।
விதுரதீவ தனோதி மனோபுவ:
ஸுஹ்ருதயே ஹ்ருதயே மதநவ்யதாம் ॥

ராகம் : சாவேரி ***தாளம் : ஆதி /சாபு***

ஸமுதிதமதநே ரமணீவதநே சும்பநசலிதாதரே
ம்ருகமத திலகம் லிகதி ஸபுலகம் ம்ருகமிவ ரஜநீகரே

பல்லவி

ரமதே யமுனா புலிநவநே விஜயீ முராரிரதுநா 1 (ரமதே)

கநசயருசிரே ரசயதி சிகுரே தரளிததருணாநநே
குரவககுஸுமம் சபலாசுஷமம் ரதிபதிம்ருக காநநே
2 (ரமதே)

கடயதி ஸுகனே குசயுக ககனே ம்ருகமத ருசிரூஷிதே
மணிஸரமமலம் தாரகபடலம் நகபத சசிபூஷிதே
3 (ரமதே)

ஜிதபிஸசகலே ம்ருதுபுஜயுகளே கரதலநளிநீதளே
மரகதவலயம் மதுகரநிசயம் விதரதி ஹிமசீதளே
4 (ரமதே)

ரதிக்ருஹஜகநே விபுலாபகநே மனஸிஜகநகாஸநே
மணிமயரஸநம் தோரணஹஸநம் விகிரதி க்ருதவாஸநே
5 (ரமதே)

சரணகிஸலயே கமலாநிலயே நகமணி கணபூஜிதே
பஹிரபவரணம் யாவகபரணம் ஜநயதி ஹ்ருதி யோஜிதே
6 (ரமதே)

த்யாயதி ஸுத்ருசம் காமபி ஸுப்ருஸம் கலஹலதர சோதரே
கிமபலமவஸம் சிரமிஹ விரஸம் வத ஸகி விடபோதரே
7 (ரமதே)

இஹ ரஸபணநே க்ருதஹரிகுணனே மதுரிபுபதசேவகே
கலியுக சரிதம் ந வஸது துரிதம் கவிந்ருப ஜயதேவகே
8 (ரமதே)

ஸர்க்கம் 7 அஷ்டபதி 16

ஸ்லோகம்

நாயாதஸ்ஸகி நிர்தயோ யதி சடஸ்த்வம் தூதி கிம் தூயஸே
ஸ்வச்சந்தம் பஹுவல்லபஸ்ஸ ரமதே கிம் தத்ர தே தூஷணம்
।
பஷ்யாத்ய ப்ரியஸங்கமாய தயிதஸ்யாக்ருஷ்யமாணம் குணை:
உத்கண்டார்த்தி பராதிவ ஸ்புடதிதம் சேதஸ்ஸ்வயம் யாஸ்யதி ॥

ராகம் : புன்னாகவராளி ***தாளம் : ஆதி***

அநில தரள குவலய நயநேந
தபதி ந ஸா கிசலய சயநேந

பல்லவி

யா ரமிதா வனமாலிநா சகி
யா ரமிதா வனமாலிநா 1 (யா ரமிதா)

விகசித ஸரஸிஜ லலிதமுகேந
ஸ்புடதி ந ஸா மனஸிஜ விசிகேந 2 (யா ரமிதா)

அம்ருதமதுர ம்ருதுதர வசநேந
ஜ்வலதி ந ஸா மலயஜ பவநேந 3 (யா ரமிதா)

ஸ்தலஜலருஹ ருசிகர சரணேந
லுடதி ந ஸா ஹிமகர கிரணேந 4 (யா ரமிதா)

ஸஜலஜலத ஸமுதய ருஸிரேண
தளதி ந ஸா ஹ்ருதி விரஹ பரேண 5 (யா ரமிதா)

கனகநிசய ருசிசுசி வஸநேந
ஸ்வஸிதி ந ஸா பரிஜன ஹஸநேந 6 (யா ரமிதா)

ஸகலபுவன ஜன வரதருணேந
வஹதி ந ஸா ருஜமதி கருணேந 7 (யா ரமிதா)

ஸ்ரீ ஜயதேவ பணித வசநேந
ப்ரவிஸது ஹரிரபி ஹ்ருதயம் அநேந 8 (யா ரமிதா)

ஸ்லோகங்கள்

மனோ பவாநந்தன சந்தனாநில
ப்ரஸீதரே தக்ஷிண முஞ்ச வாமதாம் ।
க்ஷணம் ஜகத்ப்ராண நிதாய மாதவம்
புரோ மம ப்ராணஹரோ பவிஷ்யஸி ॥

ரிபுரிவ சகீஸம்வாஸோ(அ)யம் சிகீவ ஹிமாநிலோ
விஷமிவ ஸுதாரஸ்மிர் யஸ்மிந் துனோதி மனோகதே ।
ஹ்ருதயமதயே தஸ்மிந்நேவம் புனர்வலதே பலாத்
குவலயத்ருஸாம் வாம: காமோ நிகாமநிரங்குஸ: ॥

பாதாம் விதேஹி மலயாநில பஞ்சபாண
ப்ராணான்க்ருஹாண ந க்ருஹம் புனராஸ்ரயிஸ்யே ।
கிம் தே க்ருதாந்தபகிநி! க்ஷமயா தரங்கை:
அங்காநி ஸிஞ்ச மம ஸாம்யது தேஹதாஹ: ॥

ஸாந்த்ராநந்த புரந்தராதி திவிஷத்ப்ருந்தை ரமந்தாதராத்
ஆனம்ரைர் மகுடேந்த்ர நீலமணிபி: ஸந்தர்சி தேந்தீவரம் ।
ஸ்வச்சந்தம் மகரந்த ஸுந்தரகளன் மந்தாகிநீ மேதுரம்
ஸ்ரீகோவிந்த பாதாரவிந்தம் அசு பஸ்கந்தாய வந்தாமஹே ॥
இதி ஸ்ரீகீத கோவிந்தே ச்ருங்கார மஹாகாவ்யே

ஶ்ரீக்ருஷ்ணதாஸ ஜயதேவக்ருதௌ
விப்ரலப்தா வர்ணனே நாகரிக நாராயணோ நாம
ஸப்தமஸ்ஸர்க:

ஸர்க்கம் 8 அஷ்டபதி 17

ஸ்லோகம்

அதகதமபி யாமிநீம் விநீய
ஸ்மரசரஜர்ஜரிதாபி ஸா ப்ரபாதே ।
அநுநய வசனம் வதந்தமக்ரே
ப்ரணதமபி ப்ரிரமாஹ ஸாப்யஸூயம்: ॥

ராகம்: ஆரபி ***தாளம்: ஆதி***

ரஜநி ஜநிதகுரு ஜாகரராக கஷாயிதமலஸநிமேஷம்
வஹதி நயநமநுராகமிவ ஸ்புடமுதிதரஸாபிநிவேசம்

பல்லவி

யாஹி மாதவா யாஹி கேசவா மா வத கைதவ வாதம்
தாமநுஸர ஸரஸீருஹ லோசன யா தவ ஹரதி விஷாதம்
1 (யாஹி)

கஜ்ஜளமலின விலோசந சும்பந விரசித நீலிமரூபம்
தசனவஸனமருணம் தவக்ருஷ்ண தநோதி தனோரனுரூபம்
2 (யாஹி)

வபுரநுஸரதி தவ ஸ்மரஸங்கரகரநகரக்ஷதரேகம்
மரகதசகலகலிதகலதௌதலிபேரிவ ரதிஜயலேகம்
3 (யாஹி)

சரணகமலகளத் அலக்தகஸிக்தமிதம் தவஹ்ருதய முதாரம்
தர்சயதீவ பஹிர்மதநத்ரும நவ கிஸலய பரிவாரம்
4 (யாஹி)

தசனபதம் பவதத்தரகதம் மம ஜநயதி சேதஸி கேதம்
கதயதி கதமதுநாபி மயா ஸக தவ வபுரேததபேதம்
5 (யாஹி)

பஹிரிவ மலினதரம் தவ க்ருஷ்ண ! மனோ(அ)பி பவிஷ்யதி நூநம்
கதமத வஞ்சயஸே ஜநமநு கதம்அஸமசரஜ்வரதூநம்
6 (யாஹி)

ப்ரமதி பவாநபலாகபளாய வநேஷு கிமத்ர விசித்ரம்
ப்ரதயதி பூதநிகைவ வதூவத நிர்தய பாலசரித்ரம்
7 (யாஹி)

ஸ்ரீ ஜயதேவ பணிதரதி வஞ்சித கண்டித யுவதிவிலாபம்
ஸ்ருணுத ஸுதாமதுரம் விபுதா வததாபி ஸுகம் ஸுராபம்
8 (யாஹி)

ஸ்லோகங்கள்

தவேதம் பஷ்யந்த்யா: ப்ரஸரதநுராகம் பஹிரிவ
ப்ரியபாதாலக்தச்சுரிதம் அருணச்சாய ஹ்ருதயம் ।
மமாத்ய ப்ரக்யாத ப்ரணயபர பங்கேந கிதவ
த்வதாலோகஸ் ஸோகதபி கிமபி லஜ்ஜாம் ஜநயதி ॥

ப்ராதர் நீல நிசோளமச்யுதமுரஸ் ஸம்வீத பீதாம் சுகம்
ராதாயாச் சகிதம் விலோக்ய ஹஸதி ஸ்வைரம் ஸகீமண்டலே ।
வ்ரீடா சஞ்சலமஞ்சலம் நயனயோ: ஆதாய ராதானனே
ஸ்மேர ஸ்மேர முகோயமஸ்து ஜகதானந்தாய நந்தா த்மஜ: ॥

இதி ஸ்ரீகீத கோவிந்தே ச்ருங்கார மஹாகாவ்யே
ஸ்ரீக்ருஷ்ணதாஸ ஜயதேவக்ருதௌ கண்டிதாவர்ணனே
விலக்ஷ லக்ஷ்மீபதிர் நாம அஷ்டமஸ்ஸர்க:

ஸர்க்கம் 9 அஷ்டபதி 18

ஸ்லோகம்

தாமத மன்மதகின்னாம் ரதிரஸபிந்நாம் விஷாத ஸம்பன்னாம் ।
அநுசிந்தித ஹரிசரிதாம் கலஹாந்தரிதாம்உவாச ரஹஸி ஸகீ ॥

ராகம்: யதுகுலகாம்போதி ***தாளம்: ஆதி***

ஹரிரபிஸரதி வஹதி மதுபவநே
கிமபரமதிக ஸுகம் ஸகி பவநே

பல்லவி

மாதவே மா குரு மாநிநி! மாநமயே ஸகி 1 (மாதவே)

தாளபலாதபி குருமதிஸரஸம்
கிமு விபலீ குருஷே குசகலஸம் 2 (மாதவே)

கதி ந கதிதமிதம் அநுபதமசிரம்
மா பரிஹர ஹரிம் அதிசயருசிரம் 3 (மாதவே)

கிமிதி விஷீதஸி ரோதிஷி விகலா
விஹஸதி யுவதிஸபா தவ ஸகலா 4 (மாதவே)

ம்ருது நளிநீதல சீதளசயநே
ஹரிமவலோகய ஸபலய நயநே 5 (மாதவே)

ஜநயஸி மநஸி கிமிதி குரு கேதம்
ஸ்ருணு மமஸு வசநம் அநீஹிதபேதம் 6 (மாதவே)

ஹரிருபயாது வதது பஹுமதுரம்
கிமிதி கரோஷி ஹ்ருதயமதி விதுரம் 7 (மாதவே)

ஸ்ரீ ஜயதேவ பணிதமதி லலிதம்
ஸுகயது ரஸிக ஜனம் ஹரிசரிதம் 8 (மாதவே)

ஸ்லோகங்கள்

ஸ்நிக்தே யத் பருஷாஸி யத்ப்ரணமதி ஸ்தப்தாஸி யத்ராகிணி
த்வேஷம்யாஸி யதுன்முகே விமுகதாம் யாதாஸி தஸ்மின்
ப்ரியே ।
தத்யுக்தம் விபரீதகாரிணி தவ ஸ்ரீகண்ட சர்சா விஷம்
ஸுதாம்ஸு ஸ்தபனோ ஹிமம் ஹுதவஹ: க்ரீடாமுதோ
யாதனா: ॥

அந்தர்மோஹன மெளளி கூர்ணனமிளன் மந்தார விஸ்ரம்ஸன
ஸ்தப்தாகர்ஷண த்ருஷ்டிஹர்ஷண மஹாமந்த்ர: குரங்கீ
த்ருசாம் ।
த்ருப்யத் தானவ தூயமான திவிஷத் துர்வார து: காபதாம்
ப்ரம்ச: கம்ஸரிபோ: ஸமர்பயது வ: ச்ரேயாம்ஸி வம்சீரவ: ॥

இதி ஸ்ரீகீத கோவிந்தே ச்ருங்கார மஹாகாவ்யே
ஸ்ரீக்ருஷ்ணதாஸ ஜயதேவக்ருதெள கலஹாந்தரிதா
வர்ணனே மந்தமுகுந்தோ நாம நவமஸ் ஸர்க:

ஸர்க்கம் 10 அஷ்டபதி 19

ஸ்லோகம்

அத்ராந்தரே மஸ்ருண ரோஷவசாதஸீம
நி:ஸ்வாஸ நிஸ்ஸஹமுகீம் ஸுமுகீமுபேத்ய ।
ஸவ்ரீடமீக்ஷிதஸகீவதனாம் தினாந்தே
ஸாநந்த கத்கதபதம் ஹரிரித்யுவாச ॥

ராகம்: முகாரி ***தாளம்: ஜம்பை***

வதஸி யதி கிஞ்ஜிதபி தந்தருசி கெளமுதீ ஹரது
தர திமிரமதிகோரம்
ஸ்புரததர ஸீதவே தவ வதநசந்த்ரமா ரோசயது
லோசன சகோரம்

பல்லவி

ப்ரியே சாருஸீலே முஞ்ஜ மயி மாநமநிதானம்
ஸபதி மதநாநலோ தஹதி மம மாநஸம் தேஹி
முக கமல மதுபாநம் 1 (ப்ரியே)

ஸத்யமேவாஸி யதி ஸுததி! மயி கோபிநீ தேஹி
கரநகர ஸரகாதம்
கடய புஜபந்தனம் ஜநய ரத கண்டநம் யேந வா பவதி
ஸுகஜாதம் 2 (ப்ரியே)

த்வமஸி மம ஜீவநம் த்வமஸி மம பூஷணம்
த்வமஸி மம பவஜலதி ரத்நம்
பவது பவதீஹ மயி ஸததமநுரோதிநீ
தத்ர மம ஹ்ருதயம் அதியத்நம் 3 (ப்ரியே)

நீலநளிநாபமபி தந்வி தவ லோசநம்
தாரயதி கோகநதரூபம்
குஸுமசரபாண பாவேந யதி ரஞ்ஜயஸி
க்ருஷ்ணமிதமேத தநுரூபம் 4 (ப்ரியே)

ஸ்புரது குசகும்பயோ ருபரி மணிமஞ்ஜரீ
ரஞ்ஜயது தவ ஹ்ருதய தேசம்
ரஸது ரஸநாபி தவ கனஜகந மண்டலே
கோஷயது மன்மத நிதேசம் 5 (ப்ரியே)

ஸ்தலகமல பஞ்ஜநம் மம ஹ்ருதயரஞ்ஜனம்
ஜநிதரதி ரங்க பரபாகம்
பண மஸ்ருணவாணி கரவாணி சரணத்வயம்
ஸரஸ ஸதலக்தக ஸராகம் 6 (ப்ரியே)

ஸ்மரகரளகண்டனம் மம சிஸிர மண்டனம் தேஹி
பதபல்லவ முதாரம்
ஜ்வலதி மயி தாருணோ மதனகதநானலோ
ஹரது தது பாஹித விகாரம் 7 (ப்ரியே)

இதி சடுல சாடுபடு சாரு முரவைரிணோ
ராதிகா மதி வசந ஜாதம்
ஜயது பத்மாவதீ ரமண ஜயதேவகவி பாரதீபணிதமிதி கீதம்
8 (ப்ரியே)

ஸ்லோகங்கள்

பரிஹர க்ருதாதங்கே சங்காம் த்வயா ஸததம் கந
ஸ்தநஜகநயாக்ராந்தே ஸ்வாந்தே பராநவகாஸிநி ।
விஸதி விதநோரந்யோ தந்யோ ந கோ(அ)பி மமாந்தரம்
ஸ்தனபர பரீரம்பாரம்பே விதேஹி விதேயதாம் ॥
முக்தே விதேஹி மயி நிர்தய தந்ததம்ஸம்
தோர்வல்லி பந்த நிபிடஸ்தன பீடனானி ।
சண்டி த்வமேவ முதமஞ்சந பஞ்சபாண
சண்டால காண்ட தளநாதஸவ: ப்ரயாந்து ॥

சசிமுகி! தவ பாதி பங்குரப்ரு:
யுவஜநமோஹ கராள காளஸர்ப்பீ ।
ததுதித பயபஞ்ஜநாய யூநாம்
த்வததரஸீது ஸுதைவ ஸித்தமந்த்ர: ॥

பந்தூகத்யுதி பாந்த வோயமதா: ஸ்னிக்தோ மதூகச்சவி:
கண்டச்'சண்டி சகாஸ்தி நீலநளின ஸ்ரீமோசனம் லோசனம் ।
நாஸாந்வேதி திலப்ரஸூன பதவீம் குந்தாபதந்தி ப்ரியே
ப்ராயஸ்த்வன்முக ஸேவயா விஜயதே விச்'வம் ஸ புஷ்பாயுத: ॥

வ்யதயதி வ்ருதா மௌனம் தந்வி ப்ரபஞ்சய பஞ்சமம்
தருணி, மதுராலாபையஸ்தாபம் விநோதய த்ருஷ்டிபி: ।
ஸுமுகி, விமுகீபாவம் தாவத் விமுஞ்ச ந முஞ்ச மாம்
ஸ்வயமதிச யஸ்நிக்தோ முக்தே ப்ரியோ(அ)யமுபஸ்தித: ॥

த்ருஷௌ தவ மதாலஸே வதநமிந்தும் அத்யுன்னதம்
கதிர் ஜனமனோரமா விதுதரம்ப மூருத்வயம் ।
ரதிஸ்தவ கலாவதீ ருசிரசித்ரலேகே ப்ருவௌ
அஹோ விபுதயௌவதம் வஹஸி தந்வி ப்ருத்வீம் கதா ॥

ப்ரீதீம் வஸ்தநுதாம் ஹரி: குவலயாபீடேன ஸார்த்தம் ரணே
ராதாபீநபயோதர ஸ்மரணக்ருத் கும்பேந ஸம்பேதவான் ।
யத்ர ஸ்வித்யதி மீலதி க்ஷணமத க்ஷிப்தே த்விபே தத்க்ஷணாத்
கம்ஸஸ்யாலமபூத் ஜிதம் ஜிதமிதி வ்யாமோஹ கோலாஹல: ॥

இதி ஸ்ரீகீத கோவிந்தே ச்ருங்கார மஹாகாவ்யே
ஸ்ரீக்ருஷ்ணதாஸ ஜயதேவக்ருதௌ
ராதா வர்ணனே முக்த மாதவோ நாம தசமஸ்ஸர்க:

ஸர்க்கம் 11 அஷ்டபதி 20

ஸ்லோகம்

ஸுசிரமநுநயேன ப்ரீணயித்வா ம்ருகாக்ஷீம்
கதவதி க்ருதவேஷ கேசவே குஞ்ஜஸய்யாம் ।
ரசித ருசிரபூஷாம் த்ருஷ்டிமோஷே ப்ரதோஷே
ஸ்புரதி நிரவஸாதாம் காபி ராதாம் ஜகாத ॥

ராகம்: கல்யாணி ***தாளம்: சாபு***

விரஸிதசாடு வசனரசனம் சரணே ரசிதே ப்ரணிபாதம்
ஸம்ப்ரதி மஞ்ஜுளவஞ்ஜுள ஸீமநி கேளிசயநம் உபயாதம்

பல்லவி

முக்தே மதுமதனம் அனுகதம் அனுஸர ராதே ராதே

1 (முக்தே)

கனஜகந ஸ்தனபாரபரே தரமந்தரசரணவிஹாரம்

முகரிதமணிமஞ்ஜீரமுபைஹி விதேஹி மராளவிகாரம்

2 (முக்தே)

ஸ்ருணு ரமணீயதரம் தருணீஜனமோஹனமதுபவிராவம்

குஸுமஸராஸந சாஸனவந்திநி பிகநிகரே பஜ பாவம்

3 (முக்தே)

அநிலதரள கிஸலயநிகரேண கரேண லதாநிகுரும்பம்

ப்ரேரணமிவ கரபோரு கரோதி கதிம் ப்ரதி முஞ்ச விளம்பம்

4 (முக்தே)

ஸ்புரிதமநங்க தரங்க வஸாதிவ ஸூசிதஹரிபரிரம்பம்

ப்ருச்ச மனோஹர ஹாரவிமல ஜலதாரமமும் குச கும்பம்

5 (முக்தே)

அதிகதமகில ஸகீபிரிதம் தவ வபுரபி ரதிரண சஜ்ஜம்

சண்டி ரசிதரசநாரவடிண்டிமமபிஸர ஸரஸமலஜ்ஜம்

6 (முக்தே)

ஸ்மரசர ஸுபகநகேந ஸகீமவலம்ப்ய கரேண ஸலீலம்

சல வலய க்வணிதை ரவபோதய ஹரிமபி நிஜதிசீலம்

7 (முக்தே)

ஸ்ரீ ஜயதேவ பணிதமதரீக்ருத ஹாரமுதாஸித வாமம்

ஹரிவிநிஹித மநஸாமதிதிஷ்டது கண்டதடீமவிராமம்

8 (முக்தே)

ஸ்லோகங்கள்

ஸாமாம் த்ரக்ஷ்யதி வக்ஷ்யதி ஸ்மரகதாம்

ப்ரத்யங்கமாலிங்கநை:

ப்ரீதிம் யாஸ்யதி ரம்ஸ்யதே ஸகி ஸமாகத்யேதி சிந்தாகுல: ।
ஸ த்வாம் பச்யதி வேபதே புளகயத்யாநந்ததி ஸ்வித்யதி
ப்ரத்யுத்கச்சதி மூர்ச்சதி ஸ்திரதம: புஞ்ஜே நிகுஞ்ஜே ப்ரிய: ॥

அக்ஷ்ணோர்நிக்ஷிபதஞ்ஜனம் ஸ்ரவணயோ ஸ்தாபிஞ்ச குச்சாவலீம்
மூர்த்னி ஷ்யாமசரோஜதாம குசயோ: கஸ்தூரிகா பத்ரகம் ।
தூர்த்தானாமபி ஸாரஸாஹஸக்ருதாம் விஷ்வங் நிகுஞ்ஜே ஸகி
த்வாந்தம் நீலநிசோளசாரு ஸூத்ருசாம் ப்ரத்யங்கமாலிங்கதி ॥

காஷ்மீர கௌரவபுஷாம்அபிஸாரிகாணாம்
ஆபத்தரேகமபிதோ ருசிமஞ்ஜரீபி ।
ஏதத்தமாலதலநீலதமம் தமிஸ்ரம்
தத்ப்ரேமஹேமநிகஷோபலதாம் தனோதி ॥

ஸர்க்கம் 11 அஷ்டபதி 21
ஸ்லோகம்

ஹாராவலீ தரளகாஞ்சந காஞ்சிதாம
மஞ்சீரகங்கண மணித்யுதி தீபிதஸ்ய ।
த்வாரே நிகுஞ்ஜ நிலயஸ்ய ஹரிம் நிரீக்ஷ்ய
வ்ரீடாவதீமத ஸகீ நிஜகாத ராதாம் ॥

ராகம்: கண்டா ***தாளம்: ஜம்பை***

மஞ்சுதர குஞ்சதல கேளிஸதனே இஹவிலஸ
ரதிரபஸ ஹஸிதவதனே

பல்லவி

ப்ரவிஸ ராதே மாதவ ஸமீபம்
குரு முராரே மங்கள சதாநி 1 (ப்ரவிஸ)
நவபவத சோகதளச்ய நஸாரே
இஹவிலஸ குசகலச தரள ஹாரே 2 (ப்ரவிஸ)

குஸுமசய ரஸிதசுசிவாஸ கேஹே
இஹவிலஸ குஸுமஸுகுமார தேஹே 3 (ப்ரவிஸ)

சலமலய வனபவந ஸுரபிஸீதே
இஹவிலஸ ரஸவலித வலிதகீதே 4 (ப்ரவிஸ)

விதத பஹுவல்லி நவபல்லவ கனே
இஹவிலஸ பீனகுச கும்ப ஜகனே 5 (ப்ரவிஸ)

மதுமுதித மதுபகுல கலிதராவே
இஹவிலஸ மதனசர ரபஸ பாவே 6 (ப்ரவிஸ)

மதுதரள பிகநிகர நிநத முகரே
இஹவிலஸ தசநருசி ருசிகர சிகரே 7 (ப்ரவிஸ)

விஹித பத்மாவதீ ஸுக ஸமாஜே
பணதி ஜயதேவ கவிராஜ ராஜே 8 (ப்ரவிஸ)

ஸ்லோகம்

த்வாம் சித்தேன சிரம் வஹந்நயமதி ஸ்ராந்தோ ப்ருசம் தாபித:
கந்தர்பேண ச பாதுமிச்சதி ஸுதா ஸம்பாத பிம்பாதரம் ।
அஸ்யாங்கம் தத்லங்குரு க்ஷணமிக ப்ருக்ஷேபலக்ஷ்மீலவ
க்ரீதே தாஸ இவோபஸேவித பதாம்போஜே குத: ஸம்ப்ரமஹ: ॥

ஸர்க்கம் 11 (கல்யாண) அஷ்டபதி 22

ஸ்லோகம்

ஸா ஸஸாத்வஸ ஸாநந்தம் கோவிந்தே லோல லோசநா ।
சிஞ்ஜாந மஞ்ஜு மஞ்ஜீரம் ப்ரவிவேசநிவேஸநம் ॥

ராகம்: மத்யமாவதி ***தாளம்: ஆதி***

ராதாவதந விலோகந விகஸித விவித விகார விபங்கம்
ஜலநிதிமிவ விதுமண்டலதர்ஸந தரளிததுங்கதரங்கம்

பல்லவி

ஹரிமேகரஸம் சிரமபிலஷித விலாஸம் ஸா ததர்ஸ
குருஹர்ஷவசம்வத வதநமநங்கநிவாஸம் 1 (ஹரி)

ஹாரம மலதர தாரமுரஸி தததம் பரிலம்ப்ய விதூரம்
ஸ்புடதர பேந கதம்பகரம்பிதமிவ யமுநாஜல பூரம் 2 (ஹரி)

ஷ்யாமள ம்ருதுள களேபரமண்டலம் அகதகௌர துகூலம்
நீலநளினமிவ பீதபராக படலபர வலயிதமூலம் 3 (ஹரி)

தரள த்ருகஞ்ஜல சலநமனோஹர வதநஜநித ரதிராகம்
ஸ்புடகமலோதர கேலிதகஞ்ஜந யுகமிவ சரதி தடாகம்
4 (ஹரி)

வதநகமல பரிசீலநமிளித மிஹிரஸமகுண்டல சோபம்
ஸ்மிதருசி ருசிர ஸமுல்லஸிதாதர பல்லவக்ருத ரதிலோபம்
5 (ஹரி)

ஸசிகிரணச் சுரிதோதர ஜலதரசுந்தர குஸுும ஸுகேசம்
திமிரோதித விதுமண்டல நிர்மலமலயஜ திலகநிவேசம்
6 (ஹரி)

விபுல புலகபர தந்துரிதம் ரதிகேளிகலாபிரதீரம்
மணிகண கிரண ஸமூகஸம்ஜ்வல பூஷணஸுபகசரீரம்
7 (ஹரி)

ஸ்ரீ ஜயதேவ பணிதவிபவ த்விகுணீக்ருத பூஷணபாரம்
ப்ரணமபி ஹ்ருதிவிநிதாய ஹரிம்ருசிரம் ஸுக்ருதோதயஸாரம்
8 (ஹரி)

ஸ்லோகங்கள்

அதிக்ரம்யாபாங்கம் ஸ்ரவணபத பர்யந்தகமந
ப்ரயாஸே நேவாக்ஷ்ணோஸ் தரளதரபாவம் கமிதயோ: ।
இதாநீம் ராதாயா: ப்ரியதம ஸமாலோகஸமயே
பபாத ஸ்வேதாம்பு ப்ரஸர இவ ஹர்ஷாஸ்ருநிகர: ॥

பஜந்த்யாஸ் தல்பாந்தம் க்ருதகபடகண்டூதிவிஹித
ஸ்மிதம் யாதே கேஹாத்பஹிரபி ஹிதாளீபரிஜநே ।
ப்ரியாஸ்யம் பஸ்யந்த்யா: ஸ்மரசரஸமாகூதஸுபுகம்
ஸலஜ்ஜா லஜ்ஜாபி வ்யகமதிவ தூரம் ம்ருகத்ருஸ: ॥

ஜயஸ்ரீ விந்யஸ்தைர் மஹித இவ மந்தாரகுஸுமை:
ஸ்வயம் ஸிந்தூரேண த்விபரணமுதா முத்ரித இவ ।
புஜாபீட க்ரீடாஹத குவலயா பீடகரிண:
ப்ரகீர்ணாஸ்ருக்பிந்துர் ஜயதி புஜதண்டோ முரஜித: ॥

இதி ஸ்ரீகீத கோவிந்தே ச்ருங்கார மஹாகாவ்யே
ஸ்ரீக்ருஷ்ணதாஸ ஜயதேவக்ருதௌ
ஸானந்த கோவிந்தோ நாம ஏகாதசஸ்ஸர்க:

ஸர்க்கம் 12 அஷ்டபதி 23

ஸ்லோகம்

கதவதி ஸகீப்ருந்தே(அ)மந்தத்ரபாபர நிர்பர
ஸ்மரபரவஸாகூத ஸ்பீதஸ்மித ஸ்நபிதாதராம் ।
ஸரஸமலஸம் த்ருஷ்ட்வா ஹ்ருஷ்டாம் முஹுர்நவபல்லவ
ப்ரஸவ சயநே நிக்ஷிப்தாக்ஷீமுவாச ஹரி: ப்ரியாம் ॥

ராகம்: நாதநாமக்ரியா **தாளம் : ஆதி**

கிஸலய ஸயநதலே குரு காமினி சரணநளிந விநிவேசம்
தவ பதபல்லவ வைரிபராபவமித மநுபவது ஸுவேசம்

பல்லவி

க்ஷணமதுநா நாராயணமநுகதம் அனுபஜ ராதே
1 (க்ஷண)

கரகமலேந கரோமி சரணமஹமாக மிதாஸி விதூரம்
க்ஷணமுபகுரு சயநோபரி மாமிவ நூபுரமநுகதிசுரம்
2 (க்ஷண)

வதநஸுதாநிதி களிதமம்ருதமிவ ரசய வசநமநுகூலம்
விரஹமிவாபநயாமி பயோதர ரோதகமுரஸி துகூலம்
3 (க்ஷண)

ப்ரியபரிரம்பண ரபஸவலிதமிவ புளகிதமதிதுரவாபம்
மதுரஸி குசகலசம் விநிவேசய சோஷய மநஸிஜதாபம்
4 (க்ஷண)

அதரஸுதாரஸ முபநய பாமிநி ஜீவய ம்ருதமிவ தாஸம்
த்வயி விநிஹிதமநஸம் விரஹாநல தக்தவபுஷமவிலாஸம்
5 (க்ஷண)

சசிமுகி, முகரய மணிரஸநா குணமநுகுண கண்டனிநாதம்
ஸ்ருதியுகளே பிகருதவிகலே மம சமய சிராதவஸாதம்
6 (க்ஷண)

மாமபி விபலருஷா விகலீக்ருதமவ லோகிதுமதுநேதம்
மீலதிலஜ்ஜிதமிவ நயநம் தவ விரம விஸ்ருஜ ரதிகேதம்
7 (க்ஷண)

ஸ்ரீ ஜயதேவ பணிதமிதமநுபத நிகதிதமதுரிபு மோதம்
ஜநயது ரஸிகஜநேஷு மநோரமரதிரஸ பாவவிநோதம்
8 (க்ஷண)

ஸ்லோகங்கள்

ப்ரத்யூஹ: புளகாங்குரேண நிபிடாஷ்லேஷே நிமேஷேண ச
க்ரீடாகூத விலோகநே(அ)தரஸுதாபாநே கதா நர்மபி: ।
ஆநந்தாதிகமேந மன்மதகலாயுத்தே(அ)பி யஸ்மிந்நபூத்
உத்பூத: ஸ தயோர்ப்பபூவ ஸுரதாரம்ப: ப்ரியம்பாவுக: ॥

தோர்ப்யாம் ஸம்யமித: பயோதர பரேணாபீடித: பாணிஜை:
ஆவித்தோ தசநை க்ஷதாதரபுட: ஸ்ரோணிதடேனாஹத: ।
ஹஸ்தேனானமித: கசே(அ)தரஸுதாஸ்வாவதேந ஸம்மோஹித:
காந்த: காமபி த்ருப்திமாப ததஹோ காமஸ்ய வாமா கதி: ॥

மாராங்கே ரதிகேளிஸங்குல ரணாரம்பே தயா ஸாஹஸ
ப்ராயம் காந்தஜயாய கிஞ்சிதுபரி ப்ராரம்பி யத்ஸம்ப்ரமாத் ।
நிஷ்பந்தா ஜகநஸ்தலீ சிதிலிதா தோர்வல்லிருத்கம்பிதம்
வக்ஷோ மீலிதமக்ஷி பௌருஷரஸ: ஸ்த்ரீணாம் குத: சித்யதி ॥

வ்யாலோல: கேசபாசஸ் தரளிதமளகை: ஸ்வேதலோலௌ
கபோலௌ
தஷ்டா பிம்பாதரஸ்ரீ: குசகலசருசா ஹாரிதா ஹாரயஷ்டி: ।
காஞ்சீ காஞ்சித்கதாசாம் ஸ்தநஜகநபதம் பாணிநாச்சாத்ய ஸத்ய:
பஷ்யந்தீ ஸத்ரபம் மாம் ததபி விலுளித ஸ்ரக்தரேயம்திநோதி ॥

ஈஷன்மீலித த்ருஷ்டிமுக்தஹஸிதம் ஸீத்கார தாராவஸாத்
அவ்யக்தாகுல கேளிகாகுவிலஸத் தந்தாம்ஸு தௌதாதரம் ।
ஸ்வாஸோத்தப்த பயோதரோபரி பரிஷ்வங்கீ குரங்கீத்ருசோ
ஹர்ஷோத்ஹர்ஷவிமுக்ததி: நிஸ்ஸகதனோர் தந்யோ
தயத்யாநநம் ॥

தஸ்யா: பாடலபாணிஜாங்கிதமுரோ நித்ரா கஷாயே த்ருசௌ
நிர்தூதோ தரசோணிமா விலுலித ஸ்ரஸ்தஸ்ரஜோ மூர்தஜா: ।
காஞ்சீதாம தரச் லதாஞ்சலமிதி ப்ராதர் நிகாதைர் த்ருசோ
ஏபி காமசரை: ததத்புதமபூத் பத்யுர்மன: கீலிதம் ॥

ஸர்க்கம் 12 அஷ்டபதி 24

ஸ்லோகம்

அத காந்தம் ரதிஸ்ராந்தமபி மண்டனவாஞ்சயா ।
ஜகாத மாதவம் ராதா முக்தா ஸ்வாதீந பர்த்ருகா ॥

ராகம்: மங்களகௌசிகம் **தாளம்: சாபு**

குரு யதுநந்தந சந்தந சிசிரதரேண கரேண பயோதரே
ம்ருகமத பத்ரகமத்ர மனோபவ மங்களகலச ஸஹோதரே

பல்லவி

நிஜகாத ஸா யதுநந்தநே க்ரீடதி ஹ்ருதயாநந்தநே
1 (நிஜ)

அளிகுலபஞ்ஜனமஞ்ஜனகம் ரதிநாயக ஸாயகமோசநே
த்வததர சும்பந லம்பிதகஜ்ஜலம்உஜ்வலயப்ரிய லோசநே
2 (நிஜ)

நயனகுரங்க தரங்கவிகாஸ நிராஸகரே ஸ்ருதிமண்டலே
மநஸிஜபாஸ விலாஸதரே ஸுபகேவி நிவேஸய குண்டலே
3 (நிஜ)

ப்ரமரசயம் ரசயந்தமுபரி ருசிரம் ஸுசிரம் மம ஸம்முகே
ஜிதகமலே விமலே பரிகர்மய நர்மஜநகம் அளம் முகே
4 (நிஜ)

ம்ருகமதரஸ வலிதம் லலிதம் குரு திலகமளிக ரஜநீகரே
விஹித களங்ககளம் கமலாநந விஸ்ரமிதஸ்ரமஸுகரே
5 (நிஜ)

கனருசிரே சிகுரே குரு மாநத மாநஸஜத்வஜ சாமரே
ரதிகளிதே லலிதே குஸுமாநி சிகண்டிசிகண்டக டாமரே
6 (நிஜ)

ஸரஸகநே ஜகநே மம சம்பர தாரண வாரண கந்தரே
மணிரஸநா வஸநாபரணாநி சுபாசய வாஸய ஸுந்தரே
7 (நிஜ)

ஸ்ரீ ஜயதேவ ருசிரவசனே ஹ்ருதயம் ஸதயம் குரு மண்டனே
ஹரிசரண ஸ்மரணாம்ருத நிர்மித கலிகலுஷஜ்வர கண்டனே
8 (நிஜ)

ஸ்லோகங்கள்

ரசய குசயோஸ் பத்ரம் சித்ரம் குருஷ்வ கபோலயோர்
கடய ஜகநே காஞ்சீம் அஞ்சஸ்ரஜம் கபரீபரே ।
கலய வலயஸ்ரேணீம் பாணௌ பதே குரு நூபுரௌ
இதி நிகதித: ப்ரீத: பீதாம்பரோ(அ)பி ததாகரோத் ॥

பர்யங்கீ க்ருத நாகநாயகபணாச் ரேணீமணீனாம் கணே
ஸங்க்ராந்த ப்ரதிபிம்ப ஸம்வலனயா பிப்ரத்விபு ப்ரக்ரியாம் ।
பாதாம்போருஹ தாரி வாரிதி ஸுதாம் அக்ஷ்ணாம் தித்ருக்ஷு: சதை:
காயவ்யூஹமிவாசரன் உபசிதீபூதோ ஹரி: பாது ந: ॥

த்வாமப்ராப்ய மயி ஸ்வயம்வரபராம் க்ஷீரோத தீரோதரே
சங்கே ஸுந்தரி காளகூடமபிபத் மந்தோ ம்ருடாநீபதி: ।
இத்தம் பூர்வகதாபிரன்ய மனஸோ விக்ஷிப்ய வக்ஷோஞ்சலம்
ராதாயா: ஸ்தனகோரகோ பரிமிளந் நேத்ரோ ஹரி:பாது ந: ॥

யத்காந்தர்வகலாஸு கௌஸலமநுத்யானம் ச யத்வைஷ்ணவம்
யஸ்சிருங்கார விவேகதத்வமபி யத்காவ்யேஷு லீலாயிதம் ।
தத்ஸர்வம் ஜயதேவ பண்டிதகவே: க்ருஷ்ணைகதாநாத்மந:
ஸாநந்தா: பரிஸோதயந்து ஸுதிய: ஸ்ரீகீத கோவிந்தத: ॥

யந்நித்யைர் வசனைர் விரிஞ்சி கிரிஜா ப்ராணேச முக்யைர்
முஹு:

நானாகார விசார ஸார சதுரை: நாத்யாபி நிச்சீயதே ।

தத்பவ்யைர் ஜயதேவ காவ்ய கடிதை: ஸத்ஸூக்தி
ஸம்சோதிதை:

ஆத்யம் வஸ்து சகாஸ்து சேதஸி பரம் ஸாரஸ்ய ஸீமாஜுஷாம் ॥

ஸாத்வீ மாத்வீக சிந்தா ந பவதி பவத: ஸர்கரே கர்கஸாஸி

த்ராக்ஷே த்ரக்ஷ்யந்தி கே த்வாம் அம்ருத ம்ருதமஸி க்ஷீர நீரம்
ரஸஸ்தே ।

மாகந்த க்ரந்த காந்தாதர தரணிதலம் கச்ச யச்சந்தி பாவம்

யாவச்சிருங்கார ஸாரஸ்வதமிக ஜயதேவஸ்ய
விஷ்வக்வசாம்ஸி ॥

இதி ஸ்ரீகீத கோவிந்தே ச்ருங்கார மஹாகாவ்யே
ஸ்ரீக்ருஷ்ணதாஸ ஜயதேவக்ருதௌ ஸ்வாதீன பர்த்ருகா
வர்ணனே ஸுப்ரீத பீதாம்பரோ நாம த்வாதச'ஸ்ஸர்க:

ஸ்ரீ கீத கோவிந்த மஹாகாவ்யம் ஸம்பூர்ணம்.

உங்களுக்கு அவசியம் உபயோகப்படப்போகும் எங்கள் புத்தகங்கள்...

மகானாக அவதரித்தாலும் மனுஷனாகப் பிறந்தாலும் தவிர்க்கவே முடியாதது

மரணம்!

சரி, அதற்குப் பிறகு என்ன ஆகிறோம்? விளக்குகிறது கடோபநிஷத்.

ஜகத்குரு

மண்ணுலகில் வாழ்ந்த மிகக் குறுகிய காலத்தில் - மக்களின் மனப்புண்களை ஆற்றியவர். மருந்தாகச் செயல்படும் அத்வைத தத்துவத்தை ஸ்தாபித்தவர்.

நமது பாரத தேசத்தின் வரலாறு, பண்பாடு, கலாசாரம் எல்லாவற்றுக்குள்ளும் ஆதிசங்கரர் சுடரொளி வீசிக்கொண்டிருக்கிறார்.

அந்த மகானின் திவ்ய சரிதம் எளிய நடையில் சுவை பொங்கச் சொல்லப்படுகிறது.

நான் எங்கிருந்து வந்தேன்?
எங்கே போகிறேன்?
எதற்காக
இந்த உலகத்தில் பிறந்தேன்?
எந்த அர்த்தமும்
இல்லாத தற்செயலா?
அல்லது
குறிக்கோள் ஏதாவது
ஒளிந்திருக்கிறதா?
- ஆர்ப்பாட்ட மனத்தை
அடக்குகிறது
இந்த உபநிஷத்.

ராமானுஜர்

தமிழகத்தில் பிறந்தவர். இவர் தோற்று வித்த 'விசிஷ்டாத்வைதம்' என்பது வெறும் கொள்கை முழக்கமல்ல; வழி காட்டும் தத்துவ விளக்கம். ராமராஜ்யம் என்று காந்தியடிகள் சொன்னாரே! அது ராமானுஜர் வகுத்த வைஷ்ணவ மதத் தின் அரசியல் வியாக்கியானம்தான். எளிய நடையில் அரிய விஷயங்களைச் சொல்லும் நூல்.

இவையெல்லாம் எங்களிடம்...

பூஜை ரூம்

தமிழர் நெஞ்சங்களிலும் வீடுகளிலும் ஆலயங்களிலும் காலங்காலமாகச் சொல்லப் பட்டு வரும் ஸ்லோகங்களைத் தொகுத்து, ருசியான புத்தகமாக கொண்டு வந்திருக் கிறோம். இனி நீங்கள் இருபது புத்தகங் களுடன் பாராயணம் செய்யவேண்டியது இருக்காது. இது ஒன்றே போதும்!

தமிழ், சம்ஸ்கிருதம் இரண்டும் இணைந்து பக்தி மணம் பரப்பியிருக்கிறது. இந்தப் புனித நூல் உங்கள் பூஜையறையில் இறையருள் வேண்டி முழங்கும்.

புண்ணியம் தேடி...

இன்றும் தமிழ்நாட்டில் பிறக்கும் குழந்தைகளுக்கு, விஸ்வநாதன் என்றும் விசாலாட்சி என்றும் பெயரிட்டு மகிழ் கிறோம். அது காசிக்குத் தமிழகம் தரும் மரியாதை. தமிழகம் மட்டுமென்ன! தரணியே தலைதாழ்த்தி வணங்கும் புண்ணிய பூமி அது!

காசிக்குப் போனால் கிடைக்கும் புண்ணியம்! காசியின் முழுமையான வரலாறை விவரிக்கும் இந்நூலை வாசித்தாலும் கிடைக்கும்!

இனி, உங்களிடம்!

வீட்டில் செய்ய **விசேஷ பூஜை**

எல்லோரும் தங்கள் வீட்டில் செய்து மகிழும் வகையில் எளிமையாகத் தொகுக்கப்பட்டிருக்கிறது இந்நூல்.

இத்தனை எளிய முறையில் 16 வகை பூஜைகளையும் சொல்லித்தரும் நூல், தமிழில் வெளிவருவது இதுவே முதல்முறை!

நூல் ஆசிரியர் ஸ்வாமி நித்ய முக்தானந்தா, ஆர்ஷ வித்யாவ்ருக்ஷம் என்னும் அமைப்பை நடத்திக்கொண்டிருக்கிறார். இன்னொரு சிறப்பு உண்டு இவருக்கு. ஸ்வாமி தயானந்த சரஸ்வதியின் சீடர் இவர்!

ராமேஸ்வரம்
தெய்வம் வாழும் தீவு

என்ன சிறப்பு இந்த ஊருக்கு? ராம ஜெய பூமி இது! ஆம், இங்குதான் வெற்றிவிழா கொண்டாடினான் ராமன்.

ராவண வதம் முடிந்து, கடல் கடந்து அவன் பாரத மண் மிதித்த இடம். ஜோதிர்லிங்க ஸ்தலம். காலங்காலமாகக் கலாசார பெருமை பாடும் தலம். ஒருமைப்பாட்டை ஓங்கி ஒலிக்கும் இடம்.

ராமேஸ்வரம் யாத்திரையைத் தொடங்கி, நிறைவு செய்வதுவரை வழிகாட்டுகிறது இந்நூல்.

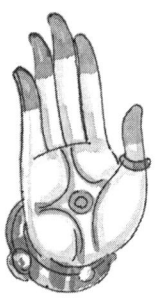

இன்பமே சூழ்க...
எல்லோரும் வாழ்க!